ஆதிசங்கரர்
முதல்
மகா பெரியவா
வரை

குன்றில்குமார்

சங்கர் பதிப்பகம்
15/21, டீச்சர்ஸ் கில்டு காலனி,
2வது தெரு, இராஜாஜி நகர் விரிவு,
வில்லிவாக்கம், சென்னை - 600 049
தொலைபேசி : 044 - 2650 2086 / 9444191256
email : shankar_pathippagam@yahoo.com
web : www.shankarpathippagam.in
www.bookthagam.com

ஆதிசங்கரர் முதல் மகா பெரியவா வரை / Adhi Sankarar Mudal Maha Periyava Varai

குன்றில்குமார் / Kundril Kumar

பதிப்பு	:	2018
விலை	:	₹ 160/--
மொத்த பக்கங்கள்	:	136
வெளியிட்டோர்	:	சங்கர் பதிப்பகம், 15/21, டீச்சர்ஸ் கில்டு காலனி, 2வது தெரு, இராஜாஜி நகர் விரிவு வில்லிவாக்கம், சென்னை-600 049 தொலைபேசி : 044 - 2650 2086 / 9444191256
ISBN No.	:	978-93-87655-33-1
ஒளி அச்சு	:	பாலா கிராஃபிக்ஸ்
முன் அட்டை	:	N. ரமேஷ்
அச்சிட்டோர்	:	எம்.கே.கிராபிக்ஸ், சென்னை - 600 021

என்னுரை

உபநிடதங்கள், பிரம்ம சூத்திரம், பகவத் கீதை ஆகியவை இந்து மதத்தின் அடிப்படை நூல்கள்.

இவற்றுக்குச் சிறப்பான முறையில் விளக்க உரை அளித்து அவை போதிக்கும் 'இரண்டற்றது' என்னும் அத்வைத தத்துவத்தை உலகிற்கு எடுத்துக் காட்டியவர் ஆதிசங்கரர்.

கேரளாவின் காலடி என்னும் புண்ணிய பூமியில் அவதரித்த அவர், தமது எட்டாவது வயதிலேயே துறவறம் பூண்டார்.

சைவம், வைணவம், சாக்தம், கணாபத்தியம், கௌமாரம், சௌரம் ஆகியவற்றை முறைப்படுத்தி ஷண்மதங்களைத் தோற்றுவித்தார்.

ஒழுங்கற்றும், நலிந்தும், தேய்ந்தும் கிடந்த இந்து மதத்தை மீண்டும் தளைக்கச் செய்த பெருமை இவருக்கு மட்டுமே உண்டு.

பாரதத்தின் நான்கு திசைகளிலும் நான்கு வேதங்களை வளர்ப்பதற்காக நான்கு மடங்களை நிறுவினார்.

அதேவேளையில் இவற்றுக்கான தலைமைப் பீடமாக காஞ்சி சங்கர மடத்தை நிறுவினார் என்பது வரலாற்றுச் செய்தி.

இதை விரிவாக அலசுவதே இந்நூலின் நோக்கம்.

குன்றில்குமார்

பதிப்புரை

தெற்கே சிருங்கரியில் சாரதா பீடம், மேற்கே துவாரகையில் துவாரகா பீடம், வடக்கே ரிஷிகேஷில் ஜோஷி பீடம், கிழக்கே பூரியில் கோவர்த்தன பீடம் என்னும் நான்கு பீடங்களை நிறுவினார் ஆதிசங்கரர்.

இந்து மதத்தின் அடிப்படை வேராக விளங்கும் நான்கு வேதங்களையும் இந்த நான்கு மடங்களும் முறையே வளர்க்க வேண்டும் என்பதுதான் முக்கிய நோக்கம்.

அப்படியானால் காஞ்சி சங்கர மடம் என்ன?

அதைத் தோற்றுவித்தவர் யார்?

சர்வக்ஞான பீடம் என்னும் வேதாந்தக் கல்வி நிலையமாகத் தோற்றுவிக்கப்பட்டதுதான் காஞ்சி சங்கர மடம்.

இந்த மடத்தின் முதல் பீடாதிபதியாக விளங்கியவர் ஆதிசங்கரர்.

பிற நான்கு மடங்களுக்கும் தலைமை பீடமாக இதுவே விளங்கியது என்றும் அறியப்படுகிறது.

காஞ்சி சங்கர மடத்தின் தோற்றம் குறித்து பல்வேறு முரண்பட்ட தகவல்கள் இருக்கின்றன.

அந்த சந்தேகக் கருத்துக்களை உற்றுநோக்கி காஞ்சி சங்கர மடத்தின் உண்மையைப் பற்றி அலசுகிறது இந்நூல்.

பதிப்பாளர்

உள்ளே...

“

ஷண்மதங்களைத் தோற்றுவித்து அறியாமை இருளை அகற்றிய ஞானசூரியன், பகலவன் ஆதிசங்கரர்.

சங்கரரின் அவதாரம் மட்டும் சரியான நேரத்தில் நிகழாமல் இருந்திருந்தால் இந்து மதம் மிகப் பெரிய அழிவை அடைந்திருக்கக்கூடும்.

”

1

ஆதிசங்கரர்

உலக நலனுக்காக ஒவ்வொரு யுகத்திலும் மகாவிஷ்ணு வெவ்வேறு அவதாரம் எடுத்துக் காத்தருளுகிறார்.

மும்மூர்த்திகளில் ஒருவரான பிரம்மாவிற்கு அவதாரம் எதுவும் கிடையாது.

சிவபெருமானும் இதுபோன்று அவதாரம் எதுவும் எடுப்பது கிடையாது என்றாலும் கலியுகத்தில் அவரது அம்சமாக ஞானோபதேசம் செய்வதற்காக சங்கரர் என்னும் திருநாமத்தில் அவதாரம் எடுத்தார்.

அவர்தான் ஆதிசங்கரர்!

அவர் அவதரித்தபோது சார்வாகர்கள், லோகாயதிகர்கள், காபாலிகர்கள், சக்தி வழிபாடு செய்யும் சாக்தர்கள், சாங்கியர்கள், பௌத்தர்கள், மாத்யமிகர்கள் என்பன உள்ளிட்ட எழுபத்திரண்டு வெவ்வேறு கருத்துக்களைக் கொண்ட மதவாதிகள் இருந்தனர்.

இவர்கள் ஒவ்வொருவரும் தங்கள் கருத்துக்களே சரியானது என்று கூறி அவர்களுக்குள் சண்டை சச்சரவில் ஈடுபட்டுவந்தனர்.

எங்கு பார்த்தாலும் வெட்டுக் குத்து!

இரத்தம் சிந்தியதால் சிவப்பு நிறமாக மாறிய மண்!

ஒரே குழப்பம்!

ரிஷிகளும், முனிவர்களும், யோகிகளும், துறவிகளுமாக நிரம்பி வழிந்து சாத்வீகத்தையும், அமைதியையும், சாந்தத்தையும் போதித்து வந்த புண்ணிய பூமியில் ஒரே களேபரம்!

நிம்மதி இல்லை!

நாளை எங்கு போய் யாரை அடிக்கலாம் என்றே யோசிக்கும் வன்மம் தலைவிரித்தாடிய அவலநிலை!

இப்படிப்பட்ட ஒரு சோகமயமான காலக்கட்டத்தில்தான் சங்கரர் அவதரித்தார்.

தன் குறுகிய வாழ்நாளில் வைதிக தர்மத்திற்குப் புதுப் பொலிவூட்டி அதனை உயிர்ப்பித்தார்.

ஒப்பற்ற இந்து மதம் அழியாது காத்தருளினார்.

முந்தைய அவதாரங்களான ராமரும், கிருஷ்ணரும் க்ஷத்திரிய குலத்தில் பிறந்து வாளும், வில்லும் எடுத்துப் போரிட்டு தர்மத்தை நிலைக்கச் செய்தனர்.

ஆனால் சங்கரர் அந்தணர் குலத்தில் அவதரித்து கலியுகத்தில் நிலவிய மோசமான சூழலைத் தனது அறிவாலும், ஆற்றலாலும், மனத் தூய்மையாலும் சுத்தம் செய்தார்.

மாசு படிந்த மக்களின் மனதைத் தூய்மையாக்கினார்.

பக்திக்கும் சமயத்துக்கும் அவர் செய்த தொண்டுகளைக் கணக்கிடுவது என்பது கடலின் ஆழத்தை அளப்பதற்கு ஒப்பாகும்.

அவரது படைப்புகள் அனைத்தும் அறிவியல் சார்ந்த பிரும்ம என்னும் உபநிடதக் கருத்துக்களின் அடிப்படையில் படைக்கப் பட்டவை.

அவரது கருத்துக்கள் காலத்தைக் கடந்து, தேசத்தைக் கடந்து என்றும், எப்போதும், எங்கும் நிலைத்து நிற்பவை என்றால் அது மிகையாகாது.

அன்றைய மற்றும் அவருக்குப் பிந்தைய சமூகம் ஏதோ ஒரு வகையில் அவரது கருத்துக்களை ஏற்றுக்கொண்டு செயல்பட்ட காரணத்தினால்தான் இந்து சமயம் இன்றும் அதே இளமைப் பொலிவோடு விளங்கிவருகிறது.

ஆதிசங்கரர் மட்டும் தோன்றியிருக்காவிட்டால் இந்து சமயம் இத்தகைய மாபெரும் வளர்ச்சியை அடைந்திருக்கவே முடியாது என்பது உறுதி.

வேதங்களைக் கண்ணை மூடிக்கொண்டு நம்பச் சொல்லாமல் அவற்றுக்கு விஞ்ஞானபூர்வ விளக்கத்தை அளித்து அனைவரையும் கட்டிப்போட்ட பெருமை ஆதிசங்கரருக்கே உண்டு.

இத்தகைய பெரும் பேற்றை உடைய ஆதிசங்கரர், இன்றைய கேரள மாநிலம் எர்ணாகுளம் அருகே ஆல்வாய் என்னும் ஊரில் இருந்து சுமார் பத்து கிலோ மீட்டர் தொலைவில் காலடி என்னும் சிற்றூரில் வைகாசி மாதம் வளர்பிறை ஐந்தாம் நாளன்று திருவாதிரை நட்சத்திரத்தில் அவதரித்தார். இந்த நட்சத்திரம் சிவனுக்கு உரியது என்பது குறிப்பிடத்தக்கது.

ஆதிசங்கரரின் தந்தையார் சிவகுரு. தாயார் ஆர்யாம்பாள். மிகுந்த பக்தியில் திளைத்த அந்தணர் குடும்பம்.

காலடி கிராமம் பூர்ணா நதிக்கரையில் அமைந்துள்ள அழகிய கிராமம். தற்போது இந்நதி 'பெரியாறு' என்று அழைக்கப்படுகிறது.

சிவகுரு தம்பதியருக்கு திருமணமாகி பல ஆண்டுகளாகியும் குழந்தைப் பேறு கிடைக்கவில்லை. பெரும் கவலையடைந்த அவர்கள் குழந்தை வேண்டி திருச்சூர் வடக்கு நாதர் கோயிலில் 48 நாட்கள் விரதம் இருந்து இறைவனுக்கு வழிபாடு செய்தனர்.

இந்த விரதத்திற்குப் பலனும் கிடைத்தது.

தம்பதியரின் கனவில் தோன்றிய கடவுள், 'நீண்ட ஆயுளை உடைய நிறைய குழந்தைகள் வேண்டுமா? அல்லது சகல ஞானமும் கொண்ட குறுகிய ஆயுளை உடைய ஒரேயொரு குழந்தை வேண்டுமா?' என்று கேட்டார்.

அவர்கள் யோசித்து, 'குறுகிய ஆயுளாக இருந்தாலும் பரவாயில்லை, ஞானம் உள்ள குழந்தையே வேண்டும்' என்று வேண்டிக் கொண்டனர்.

அப்படித்தான் திருவாதிரை நட்சத்திரத்தில் ஒரு ஆண் குழந்தையைப் பெற்றெடுத்தாள் ஆர்யாம்பாள். சிவபெருமானின்

அருளால் குழந்தை பிறந்ததால் அவரது பெயரான 'சங்கரன்' என்ற பெயரே அக்குழந்தைக்குச் சூட்டப்பட்டது.

வட மொழியில் 'சம' என்றால் 'சுகம்' என்று பொருள். 'கரோதி என்றால் 'கொடுப்பவன்' என்று அர்த்தம்.

சங்கரன் என்றால் சுகத்தை அளிப்பவன் என்பதே அர்த்தம். அத்துடன் தீமைகளை அழிப்பவன், உயர் நன்மைகள் செய்பவன் என்றும் அதற்குப் பொருள் உண்டு.

அந்தக் குழந்தையிடம் மற்றொரு அதிசயிக்கத்தக்க அம்சங்கள் இருந்தது அனைவரையும் வியப்பில் ஆழ்த்தியது. மான், பரசு, சூலம், கபாலம் ஆகியவை அக்குழந்தையின் கை, கால்களில் ரேகைகளாக இருந்தன.

இவ்வாறு தெய்வீக அருளோடு பிறந்த குழந்தையைக் காண காலடி கிராமம் முழுவதும் ஒன்று திரண்டு வந்தது. இதனைக் கொண்டாடும் விதமாக ஊரே விழாக்கோலம் பூண்டது.

மூன்றாவது வயதிலேயே அவனுக்கு 'அட்சராப்பியாசம்' செய்தார்கள். அதாவது படிக்கவும் எழுதவும் கற்றுக் கொடுத்தார் கள். உடனே அவன் பெரிய பெரிய சாஸ்திரங்களையும் தானாகப் படித்து, ஆழமாக மனப்பாடமும் செய்து கொண்டு விட்டார். வெறுமனே மனப்பாடம் மட்டும் செய்து கொள்ளவில்லை, அவற்றின் கருத்துக்களையும் தெளிவாகப் புரிந்து கொண்டே மனப்பாடம் செய்தார்.

சங்கரருக்கு நான்கு வயதான போது அவரது தந்தையார் சிவகுரு மண்ணுலகை விட்டு நீங்கினார்.

எனவே தாயாரின் வளர்ப்புத்தான்.

சங்கரருக்கு ஐந்து வயதானதும் அவரது அன்னை ஆர்யாம் பாள் உபநயனம் செய்வித்தாள். அதாவது அவர்கள் குலவழக்கப்படி பூணூல் கல்யாணம் நடத்தப்பட்டது.

பூணூல் போட்டுக் கொண்டால் வீட்டைவிட்டு வெளியேறி குருவிடம் கல்வி கற்க வேண்டும் என்பது வழக்கம். இதனை 'குருகுல வாசம்' என்பார்கள்.

குருவானவர் சீடனுக்கு வேதங்கள், மற்ற சாஸ்திரங்கள், காரியங்கள் மற்றும் அதன் அங்கங்கள் யாவும் போதிப்பார். மாணவன் அவருக்குப் பணிவிடை செய்து இவற்றைக் கற்க வேண்டும். படிப்பு முடிந்தபின் வீடு திரும்புவான்.

காலடி பூர்ணா நதி

இவ்வாறு பூணூல் போட்ட பிறகு குருகுல வாசம் செய்து வேதம் கற்பவன் பிரம்மச்சாரி என்று அழைக்கப்படுவான்.

சங்கரரும் அப்படியே அற்புதமான பிரம்மச்சாரியாக விளங்கினார்.

பிரம்மச்சாரிக்கு கொஞ்சம் கூட அகம்பாவத் திமிர் இருக்கவே கூடாது என்பது விதி. பணிவு இருந்தால்தான் படிப்பு பயன் தரும். அகம்பாவம் இல்லாமல் இருப்பதற்கென்றே பிரம்மச்சாரியை தினமும் வீடு வீடாகச் சென்று பிட்சை வாங்கிவரச் சொல்வார் குரு.

அன்றைய காலக்கட்டத்தில் பள்ளிக்கூடம் என்பது குருகுலம் தான். எனவே அங்கு அனுப்பப்பட்டு கல்வி கற்றார் சங்கரர். இந்து மதத்தின் புனித நூல்களை அங்கு பயின்றார்.

பிட்சை எடுக்க வேண்டியது பிரம்மச்சாரியின் கட்டாயக் கடமை என்பதால் சங்கரரும் தினமும் வீடுவீடாகச் சென்று பிட்சை எடுத்து வந்தார்.

ஒருநாள் நம்பவே முடியாத ஒரு சம்பவம் நிகழ்ந்தது.

அன்று துவாதசி.

பிட்சை கேட்டு ஒரு ஏழைப் பெண்ணின் இல்லம் சென்றார். ஆனால் அந்தப் பெண்மணியிடமோ பிட்சை கொடுக்க எதுவுமே இல்லை.

என்ன செய்வது என்று யோசித்தாள்.

அவள் உண்பதற்காக வைத்திருந்தது ஒரேயொரு நெல்லிக்கனி. தனது பசியைப் பற்றிக்கூட யோசிக்காமல் அந்த நெல்லிக்கனியை எடுத்து முழுமனதோடு சங்கரருக்கு பிட்சையாக வழங்கினாள் அப் பெண்.

இதைப் பார்த்த சங்கரர் உள்ளம் நெகிழ்ந்து போனார். செல் வக் கடவுளான லட்சுமி தேவியை நினைந்து 'கனகதாரா ஸ்தோத்தி ரம்' பாடினார். அவர் பாடி முடித்ததும் லட்சுமி தேவியின் அருள் பார்வை அந்த ஏழைப் பெண் மீது விழுந்தது. அவள் வீட்டின் கூரை மீது தங்கத்தாலான நெல்லிக்கனிகள் மழையாகப் பொழிந்தன.

ஏகோபித்த, பிரதிபலன் பாராத அவளது அன்புக்கு லட்சுமி தேவி அளித்த அற்புதமான பரிசு!

அவளது வறுமை முற்றிலுமாக மறைந்து போகிற அளவுக்கு தங்க நெல்லிக்கனிகள் அவளுக்குக் கிடைத்துவிட்டன.

அசாத்திய அறிவு படைத்தவராக விளங்கிய சங்கரர், மூன்றே ஆண்டுகளில் சகல சாஸ்திரங்களையும், காவியங்களையும், காப்பியங்களையும், வேதங்களையும் கற்றுத் தேர்ந்து விட்டார்.

ஒரேயொரு முறை கேட்டால் போதும் மீண்டும் அதை அப்படியே திரும்பக் கூறிவிடும் திறமை அவருக்கு இருந்தது.

எட்டு வயதிற்குள்ளேயே வேதம், புராணம், இதிகாசம், இலக்கியம், தர்மசாஸ்திரம், ஜோதிடம், கணிதம், சங்கீதம், தனுர்வேதம், மந்திரசாஸ்திரம், சாங்கியம், யோகம், நியாயம், வைசேஷிகம், பூர்வமீமாம்சை, உத்தரமீமாம்சையான வேதாந்தம் போன்ற எல்லாக் கலைகளையும் சாஸ்திரங்களையும் கசடறக் கற்று நிபுணரானார் சங்கரர்.

இவ்வாறு குருகுல வாசம் முடிந்து வீடு திரும்பிய சங்கரர், தனது அன்னைக்குப் பணிவிடை செய்வதில் ஆர்வம் காட்டினார். தந்தை இல்லாத குறை அன்னையைச் சிறிதும் பாதித்துவிடக் கூடாது என்பதில் கவனமாக இருந்தார்.

ஒருமுறை அன்னையார் ஆர்யாம்பாள் நோயால் பாதிக்கப் பட்டார். நோய் முற்றி நடக்கவே முடியாத அளவிற்கு சக்திக் குறைவு ஏற்பட்டது. எனவே நதியில் நீராடக்கூட அவரால் முடியாத நிலை.

காலடியில் இருக்கும் போதெல்லாம் ஒருநாள் கூடத் தவறாமல் அவ்வூரில் ஓடும் புண்ணிய நதியான 'பூர்ணா'வில் ஸ்நானம் செய்வது வழக்கம். இந்த நதி 'சூர்ணா' என்றும் 'ஆல்வாய் புழை' என்றும்கூட அழைக்கப்பட்டது.

அப்புனித நதியில் நீராட முடியாமல் போனது அன்னையாரின் மனதை வெகுவாகப் பாதித்தது. இதையறிந்த சங்கரர், அன்னையின் துயர் தீர்க்க எண்ணினார்.

பூர்ணா நதி அருகே சென்று கண்மூடிப் பிரார்த்தனை செய்தார். 'வா...வா' என்று அழைத்தார்.

அவர்தான் பரமேஸ்வரனின் அவதாரமாயிற்றே! நதியால் அவரது அழைப்பை நிராகரித்துவிட முடியுமா என்ன?

அவரது வார்த்தைக்குக் கட்டுப்பட்டது. தனது போக்கையே மாற்றிக் கொண்டு, சங்கரர் வீட்டுத் தோட்டத்திற்கே அந்த நதி வந்துவிட்டது.

நம்பமுடியாத இந்த அதிசயத்தைக் கண்டு சங்கரரின் அன்னை பேரானந்தம் அடைந்தார்..

இப்படி நாட்கள் நகர்ந்து கொண்டிருந்த வேளையில் ஒருநாள் சங்கரர் தனித்திருந்தார். அப்போது சப்த ரிஷிகள் அங்கு வந்து சங்கரரைத் தரிசித்துவிட்டு, 'நாளுக்கு நாள் இப்பூவுலகில் நாத்திக எண்ணங்கள் வலுவடைந்து கொண்டே வருகிறது. எனவே ஆத்திகத்தை நிலைத்து நிற்கச் செய்ய வேண்டும். அதற்காகத் தாங்கள் எடுத்துள்ள இந்த அவதாரப் பணியை நிறைவேற்ற வேண்டும். எட்டு ஆண்டுகள் முடிவடைந்துவிட்டதால் இனியும் தாங்கள் தாமதிக்காமல் பணியில் ஈடுபடுவது நல்லது' என்றனர்.

இந்தக் கோரிக்கையை ஏற்றுக்கொண்ட சங்கரர், தான் வந்த செயலை நிறைவேற்ற வேண்டிய வேளை நெருங்கிவிட்டதை உணர்ந்தார்.

இந்நிலையில் மற்றொரு எதிர்பாராத நிகழ்வு ஒன்று ஆரம்ப மானது. அதாவது அன்றைய வழக்கத்திற்கேற்ப தனது மகனுக்குத் திருமணம் செய்விக்க விரும்பினார் சங்கரரின் தாயார்.

எனவே இதற்கு மேலும் தனது நோக்கத்தைத் தள்ளிப்போடக் கூடாது என்ற முடிவுக்கு வந்தார். எப்படியாவது அன்னையின் முழுமையான அனுமதியைப் பெற்று துறவறம் மேற்கொள்ள வேண்டும் என்று நினைத்தார்.

அதற்கு என்ன வழி?

ஒரு புதிய யுக்தியைக் கையாள முடிவு செய்தார்.

அன்றொரு நாள் பூர்ணா நதியில் அன்னையுடன் நீராடுவதற் காகச் சென்றார் சங்கரர். அப்போது நதியில் இருந்த முதலை ஒன்று அவரது காலைக் கவ்விக் கொண்டது.

'அம்மா... அம்மா...' என்று கத்தினார் சங்கரர்.

இதைப் பார்த்த ஆர்யாம்பாள் பதறிப்போனார். தன் உயிரினும் மேலான அன்பு மகனை முதலைப் பற்றியது கண்டு துடிதுடித்தார். முதலையின் கொடிய வாயில் இருந்து எப்படித் தனது மகனைக் காப்பாற்ற முடியும் என்று கதிகலங்கிப் போனார்.

‘அய்யோ, மகனே! உன்னை நான் எப்படிக் காப்பாற்றப் போகிறேன்? என் கண் முன்னே உன்னைக் கடித்து விழுங்கப் பார்க்கிறதே இந்த முதலை! உன்னைக் காப்பாற்ற முடியாத பாவியாக நிற்கிறேனே..’ என்று கதறியழுதாள் அந்தத் தாய்.

முதலையின் பிடியில் சிக்கியிருந்த சங்கரரோ, ‘என்னைக் காப்பாற்றுவது உன் கையில் தான் இருக்கிறது அம்மா’ என்றார்.

இதைக்கேட்ட அவரது தாயார் திகைப்புடன், ‘என்ன சொல்கிறாய் நீ?’ என்று கேட்டார்.

‘இப்பிறவியில் நான் முதலையால் கொல்லப்பட வேண் டும் என்பது விதி. அதைத் தவிர்க்க வேண்டுமென்றால் நான் இப்போதே முற்றும் துறந்து, சன்னியாசம் பெற்று, துறவியாகி வீட்டை யும், உறவினர் களையும், உடைமை களையும் விட்டு விட்டு வெளியேற வேண்டும். அப்படிச் செய்தால் இப்பிறவி முடிந்து எனக்கு வேறு பிறவி கிடைத்ததாக அர்த்தம். சாஸ்திரப்படி சன்னியாசம் என்பது மறுபிறவி என்று பொருள். இதனால் அடுத்த பிறவியில் முதலை என்னை எதுவும் செய்ய முடியாது. என்னை அது விட்டுவிடும். எனவே நான் சன்னியாசியாக மாறுவதற்கு நீ அனுமதி வழங்க வேண்டும். அவ்வாறானால் முதலை என்னை உடனடியாக விட்டு விலகிவிடும். என்னைப் பிழைக்க வைப்பது உன் கையில்தான் இருக்கிறது’ என்றார் சங்கரர்.

தனது மகனைக் காப்பாற்ற வேறு வழி தெரியாத அந்த

அன்னை, சங்கரர் சன்னியாசியாக அனுமதியளித்தார். அடுத்த கணமே முதலை அவரை விட்டு விலகி நீரினுள் மறைந்துவிட்டது.

அதன்பிறகு சங்கரர் அந்த நதியில் நன்றாக நீராடிவிட்டுக் கரை திரும்பினார். அப்போது முதல் அவர் முற்றும் துறந்த முழுமையான சன்னியாசியாக மாறிவிட்டார்.

இதைப் பார்த்த தாயார் கண்ணீர் மல்க, ‘ஒரேயொரு வேண்டுகோள் சங்கரா’ என்றார்.

‘சொல்லுங்கள் தாயே’ என்றார் சங்கரர் பணிவுடன்.

‘எந்தவொரு தாய்க்கும் மரணத் தருவாயில் தன் மகன் அருகில் இருக்க வேண்டும் என்று தோன்றும். ஆகவே அப்படிப்பட்ட தருணத்தில் நீ நிச்சயம் வந்துவிட வேண்டும்’ என்றார் அன்னை.

உடனே தனது தாயாருக்கு அவர் சத்தியம் செய்து கொடுத்தார். அதாவது தாயார் இந்த உலகைவிட்டுப் பிரியும் நேரம் வரும் போது தான் எங்கிருந்தாலும் அவருக்கான இறுதிச் சடங்குகளைச் செய்யும் கடமையை நிச்சயம் நிறைவேற்றுவதாக உறுதியளித்தார்.

அப்புறம் தனது அத்தனை உடைமைகளையும் தமது உறவினர் வசம் ஒப்படைத்தார். அவர்களிடம் தனது தாயாரைப் பத்திரமாகப் பார்த்துக் கொள்ளுமாறு கேட்டுக் கொண்டார். சன்னியாசியாக மாறிய சங்கரர் அனைவரிடமும் விடை பெற்றுக் கொண்டு தனது துறவறப் பயணத்தைத் தொடங்கினார்.

கேரளாவில் இருந்து தனது நடைபயணத்தை ஆரம்பித்த சங்கரர், ஆன்மீக போதனைகளைக் கற்றுத் தெரிந்து கொள்வதற்காக சிறந்த குருநாதர் ஒருவரைத் தேடி பல்வேறு இடங்களுக்கும் பயணித் தார்.

தனக்கு வேதாந்தத்தில் அனைத்தையும் கற்றுக் கொடுக்கும் ஆசான் தெய்வீகத்தைச் சென்றடையும் இறுதி நிலையான பிரும்ம நிலையை எட்டியவராக இருக்க வேண்டும் என்று நினைத்தார். அப்படிப்பட்ட ஒரு மாபெரும் யோகி எங்கே இருக்கிறார்?

தனக்குள் திரும்பத் திரும்ப இந்தக் கேள்வியை அவர் எழுப்பிக் கொண்டே இருந்தபோது திடீரென்று அவர் உள் மனதில் அதற்கான பதில் ஒன்றும் கிடைத்தது.

நர்மதை நதியின் அருகில்தான் அப்படிப்பட்ட யோகி அவருக்காகவே காத்திருப்பதாக அமைந்தது அந்தப் பதில்.

சங்கரர் சிவபெருமானின் அவதாரம் என்றாலும், மனிதப் பிறவி எடுத்துவிட்டதால் ஒரு சராசரி மனிதருக்கே உரிய மனநிலை, ஆற்றல்களுடன்தான் அவர் வாழ வேண்டியிருந்தது.

பயணத்தின் போதெல்லாம் முடிந்த வரையில் தவத்திலும் ஈடுபட்டுக் கொண்டே இருந்தார். அவர் பயணித்த வழித்தடங்கள் அனைத்தும் மலர்களாலும், பஞ்சுகளாலும் நிறைந்து மென்மையாக இருக்கவில்லை. முட்களும், கற்களுமாக நிறைந்து கரடுமுரடாகவே இருந்தது.

நிறைய தடைகள்!

கொடிய வனவிலங்குகள், முரட்டு மனிதர்கள், திருடர்கள் என்று நிறைய இடையூறுகள்!

அவற்றையும் கடந்துதான் பயணித்துக் கொண்டிருந்தார் ஆதிசங்கரர்.

இறுதியாக நர்மதை நதிக்கரையில் இருந்த ஓம்காரீஸ்வரர் ஆலயத்தை அடைந்தார்.

அங்கு நிறைய முனிவர்கள் ஆசிரமம் அமைத்துத் தங்கியிருந்து ஆன்மீகப் பணியில் ஈடுபட்டு வந்தனர்.

அவர்களை ஒவ்வொருவராகக் கடந்து கொண்டே சென்றார்.

எங்கே தமக்கான யோகி?

தேடிக் கொண்டே நடந்தார்.

அந்த ஓம்காரீஸ்வரர் ஆலயம் பன்னிரெண்டு ஜோதிர் லிங்க ஆலயங்களில் ஒன்றாகும்.

புண்ணிய நதியாம் நர்மதை நதி சூழ்ந்திருக்க அதன் நடுவே தீவு போன்று அமைந்துள்ள மலை மீது இக்கோயில் அமைந்துள்ளது. நர்மதை நதியைத் தாண்டி அந்தப் பக்கம் சென்றால் கோயில் அமைந்துள்ள மலையின் அடிவாரத்தை அடைய முடியும்.

அன்றைய நாட்களில் நதியில் இறங்கி முற்றிலுமாக நனைந்த படிதான் கோயிலுக்குச் செல்ல முடியும். சிலர் நீந்தியும் செல்வார்கள். படகு செல்லும் வகையிலும் வழி அமைந்துள்ளது.

இன்று அங்கே மிகப் பெரிய இரண்டு பாலங்கள் கட்டப் பட்டுள்ளன.

கோயிலைச் சுற்றி ஓடும் நர்மதை நதி 'ஓம்' வடிவில் அமைந்துள்ளதால் அந்தக் கோயில் 'ஓம்காரீஸ்வரர் கோயில்' என்று அழைக்கப்படுகிறது.

அங்குள்ள ஜோதிர்லிங்கம் 'பாணலிங்கம்' என்று அழைக்கப் படுகிறது. ஆதிகாலத்தில் இயற்கையாகவே கல்லில் உருவான தெய்வீக அருள் படைத்த இறைவன் அவர். 'பாண' என்றால் 'சிவபெருமான்' என்று அர்த்தமாம்.

நீண்டும், நேர்வட்டமாகவும் பல்வேறு உருவங்களில் காணப்படும் பாணலிங்கங்கள் மனிதர்களால் அந்த உருவில் உருவாக்கப்பட்டவை அல்ல.

வேதங்களும், புராணங்களும் சிவபெருமானின் சக்தியை உள்ளடக்கி உருவானவையே பாணலிங்கம் என்பதாகக் கூற்றுகள் உள்ளன.

முன்னொரு காலத்தில் பாணசுரா என்றொரு அரக்கன் இருந்தான். அவன் இரண்யகசிபுவின் மகனான பக்த பிரகலாதனின் மகன் பாலியின் நூறு புத்திரர்களில் ஒருவன்.

பாணசுரா தீவிர சிவபக்தன். சிவபெருமானைத் துதித்துக் கடுமையான தவம் மேற்கொண்டதை அடுத்து வானில் பறக்கும் நகரமான திரிபுரா என்னும் நகரை வரமாகப் பெற்றான். அந்த நகரம் தங்கம், வெள்ளி, இரும்பு போன்ற உலோகங்களால் ஆன மூன்று அடுக்குகளைக் கொண்டது.

மேலும் தன்னுடைய சக்திகளை அடக்கி வைத்திருந்த ஒரு

சிவலிங்கத்தையும் சிவனிடம் இருந்து அவன் பெற்றான். எனவே அவனிடம் இருந்த லிங்கம் 'பாணலிங்கம்' என்றானது.

திரிபுராவில் தங்கத்திலான இடத்தில்தான் பாணாசுரன் வசித்தான்.

அளவற்ற ஆற்றலைப் பெற்றிருந்த பாணாசுரன், அனைத்து மக்களையும் துன்புறுத்தி வந்தான். அவனது இம்சைகளும், அட்டகாசங்களும் அதிகரித்துக் கொண்டே இருந்தது.

இதனையடுத்து பலரும் சிவபெருமானிடம் அவனது அட்டகாசத்தை அடக்குமாறு கேட்டுக் கொண்டனர்.

எனவே அவனை அழிக்கத் தீர்மானித்தார் சிவபெருமான். பினாக என்னும் தனது சிறப்புவாய்ந்த வில் வழியாக அம்பைச் செலுத்தி பறக்கும் நகரமான திரிபுராவை சுக்கு நூறாக வெடிக்கச் செய்து அதனைச் சிதறடித்தார். அதன் சிதறிய பாகங்கள் பல்வேறு இடங்களிலும் விழுந்தன. அவ்வாறு வெடித்துச் சிதறியதில் பாணசுரன் வைத்திருந்த பாணலிங்கமும் ஒன்றாகும்.

அந்தப் பாணலிங்கம் விழுந்த இடம் நர்மதை நதி. அந்த லிங்கம் பல கோடித் துண்டுகளாக உடைந்து நதியில் மூழ்கியது.

அதன்பிறகே சிவபெருமானின் கோபமும் ஆத்திரமும் தணிந்தது. அப்புறம் அவர் நர்மதை நதிக் கரையிலேயே அமர முடிவு செய்தார். அவ்வாறு அமர்ந்த இடம்தான் ஓம்காரீஸ்வரர் ஆலயம். அங்கே பாணலிங்கமாக அமர்ந்து இன்றும் பக்தர்களுக்கு அருள்பாலித்து வருகிறார்.

'அபரார்ச்சித்த பரிபச்சா' என்னும் நூலில் பாணலிங்கம் பற்றிய இந்தப் புராணக் கதை குறிப்பிடப்பட்டுள்ளது.

இதுபற்றி மற்றொரு புராணக் கதையும் உண்டு என்கின்றனர் பண்டிதர்கள்.

தேவலோகத்தில் இருந்து தேவர்கள் பூமிக்கு வந்து நர்மதை நதிக்கரையில் கற்களை சிவலிங்கங்களாக ஆராதனை செய்வது உண்டு. அப்போது அவர்கள் நிறைய மந்திரங்கள் ஓதி பூஜித்து விட்டு, அந்த சிவலிங்கங்களை நதிக்கரையில் விட்டுச் செல்வார்கள். அவற்றில் சில பூமியில் புதைந்து போயின. இன்னும் சில நதியில் மூழ்கிப் போயின.

அவ்வாறு நதியில் மூழ்கிய சிவலிங்கங்கள் சில சிவனின் சக்தியை முழுமையாகப் பெற்றவையாகவும் இருந்தன. காலப்போக்

கில் அந்த லிங்கங்களே பாணலிங்கங்களாக அழைக்கப்பட்டன.

இதனால்தான் நர்மதை நதியில் இருந்து கிடைக்கப்பெறும் பாணலிங்கம் பிற இடங்களில் இருந்து கிடைக்கும் லிங்கங்களை விடவும் அதிக சக்தி வாய்ந்தவையாகக் கருதப்படுகின்றன.

இவ்வாறு பிரசித்தி பெற்ற இந்நதிக்கரையில் அமைந்துள்ள ஓம்காரீஸ்வரர் கோயிலுக்குச் செல்ல மலை மீது ஏறும் வழியில் மலையின் அடிவாரத்தில் சிறிய குகை ஒன்று உள்ளது.

அங்குதான் தனது குருநாதரைச் சந்திப்பதற்காக வந்தார் ஆதிசங்கரர். ஓம்காரீஸ்வரர் கோயிலுக்கு வந்தபோது அச்சிறிய குகையில் அவரது குருநார் கோவிந்த பாகவத்பாதா ஆழ்ந்த தியானத்தில் அமர்ந்திருந்தார்.

அவரைப் பார்த்ததும் ஆதிசங்கரரின் உடம்பில் ஒரு ஜிலீர் ஏற்பட்டது. மனம் சிறகடித்து ஆகாயத்தில் உயரே உயரே பறந்தது, உள்ளத்தில் பேரானந்தம்.

தான் தேடிவந்த குருநாதர் அவர்தான் என்பதை சட்டென அவரது உள்ளம் உணர்த்திவிட்டது.

தொலைவில் இருந்தே அவரை வணங்கினார். அப்போது நர்மதை நதி பிரவாகமாகப் பெருக்கெடுத்து ஓடிக்கொண்டிருந்தது.

பெருவெள்ளம்!

தண்ணீர் கரைபுரண்டோடிக் கொண்டிருந்தது.

நர்மதையின் எழுச்சி வேகம் எல்லை கடந்து சென்றது. அதனை உடனடியாகக் கட்டுப்படுத்தாவிட்டால் கடுமையான சேதத்தை விளைவித்துவிடும் என்னும் அபாயச் சூழல். நர்மதையின் ஆவேசம் அச்சமூட்டுவதாக இருந்தது.

இவை அனைத்தையும் அமைதியாகப் பார்த்துக் கொண்டிருந்த ஆதிசங்கரர் நதியின் சீற்றத்தை அடக்க நினைத்தார். மெல்ல நதியில் இறங்கினார். தனது கையில் இருந்த கமண்டலத்தில் அதை அடக்கினார்.

சட்டென்று நதியின் சீற்றம் தணிந்தது.

பொங்கி வந்த நதியின் அலைகள் காணாமல் மறைந்து போனது.

கடுந்தவத்தில் இருந்த கோவிந்த பாகவத் இந்த நிகழ்ச்சி முழுவதையும் பார்த்தார்.

குருநாதருடன் முதல் சந்திப்பு

அவர் இறைவனின் அருள்பெற்ற தவயோகி.

வேதவித்தகர்.

அத்வைத தத்துவத்தின் ஆசான்.

கோவிந்த பாகவத்தின் குருநாதர் கௌடபாதர்.

அவரும் ஈடிணையற்ற ஞானி.

பதஞ்சலி முனிவரிடம் பாடம் கற்ற வித்தகர்.

இத்தகைய பெருமை படைத்த கோவிந்த பாகவத், இறை சக்தி படைத்த சங்கரரை பெருமகிழ்ச்சியோடு இன்முகம் காட்டி வரவேற்றார்.

சங்கரரும் அவரின் பாதம் பணிந்து வணங்கினார். அவரது வார்த்தைகள் அனைத்தையுமே வேத மந்திரமாக நினைத்தார். அவரைத் தமது குருநாதராக மனப்பூர்வமாக ஏற்றுக்கொண்டார்.

சங்கரருக்கு காவி உடை அளித்து அவரைத் துறவறத்தின் ஆரம்ப நிலைக்குத் தயார்ப்படுத்தினார் கோவிந்த பாகவத்.

சங்கரரின் தோற்றம் முழுமையாக மாற்றம் பெற்றது.

அவரது தலைமுடி களையப்பட்டது.

முழுநிலவைப் போன்ற அழகிய ஒளியைப்போன்ற தோற்றம் பெற்றார்.

தூய காவி உடையில் இறைசக்தியின் பிம்பமாகத் தெரிந்தார்.

அன்பும் கருணையும் அவர் முகத்தில் நடனமாடின.

ஸ்படிகத்தைப்போல தூய்மையாகவும் பளபளப்பாகவும் காட்சியளித்தார்.

அந்தக் குகையிலேயே தங்கியிருந்து ஞானம் மிகுந்த மேல்நிலை ஆன்மீக போதனைகள் ஆதிசங்கரருக்கு கோவிந்த பாகவத்தால் போதிக்கப்பட்டது.

இந்து தர்ம நெறி, வேதாந்தம், தியானம், தர்மம், சமாதிநிலை போன்ற பல்வேறு உச்சகட்ட நிலைகள் அவருக்குப் போதிக்கப் பட்டன.

வேதத்தில் காணப்படும் 'மகாவாக்கியங்கள்' கோவிந்த

பாகவத்தால் சங்கரருக்குப் போதிக்கப்பட்டது.

'பொருள் ஒன்றே; அது பலவாகக் காட்சியளிக்கிறது' என்னும் அத்வைத தத்துவத்தின் கருப்பொருளைப் பற்றி விளக்கமாகக் கற்றுக் கொடுத்தார்.

அத்வைத தத்துவத்தை நாடு முழுவதும் சென்று பரப்பும்படி ஆதிசங்கரரைக் கேட்டுக் கொண்டார் அவரது குருநாதர் கோவிந்த பாகவத்.

இருவரும் பல ஆண்டுகள் அதே குகையிலேயே தங்கி தவம் இருந்தனர்.

எந்தவொரு நிலையிலும் இருவரும் அங்கிருந்து வெளியே வரவே இல்லை. ஸ்நானம் செய்வதற்குக்கூட அக்குகையில் இருந்த இரகசிய வழியாக நர்மதை நதியை அடைந்து குளித்து விட்டுச் செல்வது அவர்கள் வழக்கம். (அந்த இரகசிய வழி தற்போது அடைக்கப்பட்டுவிட்டது.)

அக்குகையின் புனிதத் தன்மை கருதி தற்போது எவரும் உள்ளே செல்ல அனுமதி கிடையாது. அப்படியொரு குகை அங்கிருப்பதே வெகு காலம் வரை யாருக்கும் தெரியாமல் இருந்தது குறிப்பிடத்தக்கது.

அந்த குகை எப்படி இருந்திருக்கும் என்று ஒரு மாதிரி வரைபடம் ஒன்றை காஞ்சி பீடாதிபதி மகாபெரியவா வரைந்து கொடுத்தார். அந்த குகை கண்டுபிடிக்கப்பட்டதும் அந்த வரை படத்தை ஒப்பிட்டு நோக்கினால் இரண்டும் ஒரே மாதிரியாக இருந்த அதிசயம் நிகழ்ந்துள்ளது.

அந்தக் குகை கண்டுபிடிக்கப்படும் வரை அப்படியொரு குகை இருந்தது என்கிற விவரம் ஆதிசங்கரர் நிறுவிய மடங்களின் தலைமை மடாதிபதிகள் யாருமே அறிந்திருக்கவில்லை.

மட்டுமல்லாமல் பல ஆண்டுகளாக ஓம்காரீஸ்வரர் கோயிலுக்கு வருகை தந்து வழிபட்ட எந்தவொரு பக்தரும்கூட அந்த குகையைப் பற்றி அறிந்திருக்கவே இல்லை.

தற்போது அந்த குகைக்குள் நுழைய முடியாது என்றாலும் அதனை வெளியில் இருந்து தரிசித்து ஆதிசங்கரரை மனதார வணங்கிச் செல்ல முடிகிறது.

அந்தக் குகைக்குள் ஐந்து சுரங்கப் பாதைகள் இருந்ததாகக் கூறப்படுகிறது. அவற்றில் ஒன்று ஆலயத்தின் சன்னிதானத்தை

சென்றடைகிறது. இன்னொன்று உஜ்ஜயினிக்குச் செல்லும் வகையிலும், மூன்றாவது பாதை நகருக்குள் நுழையும் வகையிலும் அமைந்துள்ளது. நான்காவது நர்மதை நதியின் அடிப்புறத்தை சென்று அடைவதாகவும், ஐந்தாவது பற்றிய செய்தி எதுவும் தெரியவில்லை.

அந்தக் குகையில் மூன்று ஆண்டுகள் தமது குருநாதருடன் ஆதிசங்கரர் தங்கி இருந்தார்.

அதன்பிறகு அத்வைத தத்துவத்தை நாடு முழுவதும் பிரச்சாரம் செய்வதற்காக தமது குருநாதரிடம் விடை பெற்றுக் கொண்டு அங்கிருந்து கிளம்பிச் சென்றார்.

கோவிந்த பாகவத் ஆணைப்படி அங்கிருந்து நேராக காசிக்குக் கிளம்பிச் செல்ல ஆயத்தமானார் ஆதிசங்கரர்.

ஆனால் அவரது குருநாதர் கோவிந்த பாகவத் அதன் பிறகு என்னவானார் என்பது தெரியவில்லை.

அவர் குகையில் இருந்து கிளம்பிச் சென்றார் என்றும், எங்கே சென்றார் என்றும் யாருக்கும் தெரியவில்லை.

அந்த நேரத்தில் அவரது தாயார் மரணத் தருவாயில் இருந்து கொண்டு 'சங்கரா' என்று அழைத்தது அவரது செவியில் விழுந்தது.

தனது யோக சக்தியைப் பயன்படுத்தி காலடியில் தனது தாயாரின் முன்பாகப் போய் நின்றார்.

தனது தாயின் முன்பாக நின்றபடி உருக்கமாக 'கிருஷ்ணாஷ்டகம்' இயற்றினார்.

தனது தாயார் ஆர்யாம்பாளின் இஷ்ட தெய்வம் கிருஷ்ண பரமாத்மா. கண்ணனின் கதைகளைத்தான் சிறுவயதில் அவருக்கு நிறையக் கூறியிருக்கிறார். கிருஷ்ணர் கோயிலுக்குத்தான் அடிக்கடி அழைத்தும் செல்வார்.

'பிதாமகர் பீஷ்மருக்கு அந்திமக் காலத்தில் கிருஷ்ணர் தோன்றி மோட்சம் அளித்ததைப்போல தனது தாயாருக்கும் அவர் மோட்சத்தைத் தரவேண்டும் என்று தோன்றியது.

அதனால்தான் 'கிருஷ்ணாஷ்டகம்' புனைந்தார் ஆதிசங்கரர்.

அதில் "வேதத்தில் கண்ணாலோ, வாயாலோ, மனதாலோ அறிய முடியாத பொருளாகிய நீ இப்பொழுது எங்கள் இருவருக்கும் எதிரில் தோன்றி மோட்சத்தை அளிக்க வேண்டும்.

பீதாம்பரதாரியாக, சர்வாலங்க்ருத பூஷிதனாக மகர குண்டலத்துடனும், வைஜயந்தி மாலையுடனும் கொண்டையில் மயில் இறகு செருகி சங்கு சக்கர கதாதரனாக ஸ்ரீமகாலட்சுமி உன் மனதில் ஆலிங்கனம் செய்துகொண்டிருக்க கருட வாகனனாக வரவேண்டும்" என்று பிரார்த்தித்தார்.

சங்கரரின் அழைப்புக்கு நாராயணன் செவிமடுத்தார்.

ஆதிசங்கரரைப் பார்த்துக் கொண்டே அவரது அன்னையார் ஆர்யாம்பாள் இகலோகத்தைத் துறந்தார். அன்னைக்குச் செய்ய வேண்டிய ஈமக்கிரியைகளைச் சரியாகச் செய்து முடித்தார்.

பிறகு ஸ்ரீரங்கம் வந்து சேர்ந்தார்.

அங்கு திருவரங்கனைத் தரிசித்த ஆதிசங்கரர், 'இங்கேயே வசிக்க வேண்டும் என்றென் மனம் ஆசைப்படுகிறதே' என்னும் பொருளில் அமைந்த ஸ்தோத்திரம் பாடினார்.

அதன்பிறகு அங்கிருந்து பண்டரிபுரம் வந்தடைந்தார். 'பரம்ப்ரம்ம லிங்கபஜே பாண்டுரங்கா' என்று அத்தலத்தைப் புகழ்ந்து பாடினார்.

பாண்டுரங்கன் இடுப்பில் கைவைத்துக்கொண்டு நிற்பதால் எந்தவிதமான அடையாளமும் இல்லாததால் எல்லா மதத்தினரும் பாண்டுரங்கனைத் தங்கள் பகவான் என்று கூறுகிறார்கள். அதனால் பகவத்பாதாள் 'பரப்ரம்ம ஸ்வரூபம்' என்று பாடினார்.

அங்கிருந்து பூரி வந்தார். அங்கு அமைந்துள்ள ஜெகந்நாதர் திருக்கோயிலில் திருத்தேர் உற்சவம் நடைபெற்றுக்கொண்டிருந்தது. அந்தத் திருத்தேரில் கண்ணனும் ராதையுமாக ஆசார்யருக்குக் காட்சியளித்தனர்.

அடுத்து காசிக்கு வந்து சேர்ந்தார் ஆதிசங்கரர்.

2

காசியில் ஆதிசங்கரர்

இந்துக்களின் புண்ணியத் தலமான காசியை அடைந்த ஆதிசங்கரர், அங்கு தனது பொற்பாதத்தைப் பதித்தார். இதன்பிறகு கங்கை நதிக்கரை பண்டிதர்களின் பாசறையாக மாறிவிட்டது.

ஆதிசங்கரரின் அருளுரையைக் கேட்பதற்காக ஆயிரக்கணக்கில் மக்கள் கூடினர். அத்வைத தத்துவத்தை அனைவரிடமும் பரப்பினார்.

அங்கு பல வித்வான்களையும், அறிஞர்களையும் தமது வாதத் திறமையினால் தோற்கடித்து வெற்றி கண்டார். இதனால் அறிஞர்களும், ஆன்மீகவாதிகளும், பண்டிதர்களும் ஆதிசங்கரரின் புகழைப் பாடினார்கள்.

அத்வைதத்தை எதிர்த்த மாற்று மதக்காரர்களும், கருத்து உடையவர்களும் அவரது உபதேசத்தினால் அழுக்காறு அகன்று தெளிவு பெற்றனர்.

வியாசர் அருளிய பிரம்மசூத்திரம், வேத ரிஷிகள் அருளிய பத்து உபநிஷதங்கள், கண்ணன் அர்ஜுனனுக்கு உபதேசித்த கீதை ஆகிய மூன்று நூல்களுக்கும் ஆதிசங்கரர் உரை இயற்றினார்.

அங்கு வந்த சனந்தனர் ஆதிசங்கரரைப் பணிந்து நிகரற்ற பக்தி கொண்டார். அவரது சீடராகவும் மாறினார். இவரே பின்னாளில் 'பத்மபாதர்' என்று அழைக்கப்பட்டார்.

மேலும் சுரேஸ்வரர், ஹஸ்தாமலகர், தோடகர் ஆகிய சீடர்கள் ஆதிசங்கரரின் சீடர்களானார்கள். அத்துடன் இன்னும் பல சீடர்களும் அவரிடம் வேதாந்த பாடம் பயின்றனர்.

அவர்களில் கிரி என்கிற தோடகர் ஆதிசங்கரரைத் துதித்து 'தோடாஷ்டகம்' இயற்றினார். எனவே, அவர் 'தோடகர்' என்று அழைக்கப்பெற்றார்.

மாஹீஷ்மதி என்னும் நகரில் புகழ்பெற்ற பண்டிதர் மண்டன மிஸ்ராவும், அவரது மனைவி சரஸவாணியும் வசித்து வந்தனர். அந்த நகருக்கு வருகை தந்த ஆதிசங்கரர், பண்டிதர் மிஸ்ரா மற்றும் அவரது மனைவியுடன் அத்வைத சித்தாந்தம் பற்றி கடுமையான வாதம் செய்தார். கடைசியில் அந்த வாதத்தில் சங்கரரே வெற்றியும் பெற்றார். இதையடுத்து மண்டன மிச்ரர் சங்கரரின் சீடரானார். அவருக்கு 'சரேஸ்வரர்' என்ற நாமகரணத்தைச் சூட்டினார்.

பைரவ பூமியான காசியில் ஆதிசங்கரர் சில காலம் வாழ்ந்து வந்தார்.

அப்போது, ஒருநாள்...

ஆதிசங்கரர் புனித கங்கையில் நீராடிவிட்டு தனது சீடர்களுடன் காசி நகரத்தின் குறுகலான சந்து ஒன்றில் நடந்து வந்து கொண்டிருந்தார். அப்போது, எதிர்த்திசையில் புலையன் ஒருவன் நடந்து வந்து கொண்டிருந்தான். பார்ப்பதற்கு மிகவும் அருவெறுப்பாக இருந்தான். அவன் நான்கு நாய்களைக் கயிற்றில் கட்டிப் பிடித்துக் கொண்டு வந்தான்.

ஆதிசங்கரரை அவன் நெருங்கியதும் அவரது சீடர்களுக்குக் கோபம் வந்தது. பதற்றத்தோடு ஒரு சீடர், 'சற்றே விலகிச் செல்' என்று கத்திவிட்டார்.

இதைக் கேட்ட அந்தப் புலையன் தன் இதழோரம் மெல்லிய புன்னகையைப் படரவிட்டவாறு, 'துறவியே, எதிலிருந்து விலகிப் போகச் சொல்கிறீர்கள்?' என்று கேட்டான்

இப்படியொரு கேள்வியை எதிர்பார்க்காத ஆதிசங்கரரும், அவரது சீடர்களும் திகைத்துப் போய் அவனையே பார்த்துக் கொண்டிருந்தனர்.

அவனே மேலும் தொடர்ந்து பேசினான். 'உங்கள் உடலை விட்டு என்னுடைய உடல் விலகிச் செல்ல வேண்டுமா? இவ்விரண்டு உடல்களுமே அன்னமய கோசம் தானே? அப்படியானால் ஆன்மாவை விலகிப் போகச் சொன்னீர்களா? எனக்குள்ளும் உங்களுக்குள்ளும் இருக்கும் ஆன்மா ஒன்றுதானே!

எதிலிருந்து எது விலகுவது?

எங்கிருந்து எங்கு விலகும்?

எனக்குத் தயவு செய்து தெளிவாக விளக்குங்கள்" என்று மிகப் பணிவாகக் கேட்டான்.

இப்போதும் அவர்கள் குழப்பத்தோடே அவனைப் பார்த்துக் கொண்டிருந்தனர்.

எனவே மேலும் அவனே தொடர்ந்து பேசினான். 'சூரியனின் பிம்பம் எனது கலயத்துக்குள் இருக்கும் கள்ளிலும் தென்படுகிறது. இங்கு சூரியன் பரமாத்மா; அதன் பிரதிபிம்பம் ஜீவாத்மா; அந்த ஜீவாத்மா எந்த உடலில் இருந்தாலும் ஒன்றுதானே!

அதுபோலவே தங்கக்குடத்தின் உள்ளே இருக்கிற ஆகாசமும், என்னுடைய கள் கலயத்தின் உள்ளே இருக்கிற ஆகாசமும் ஒன்றாகத் தானே இருக்கின்றன! இந்த இரண்டுக்கும் வெளியே வியாபித்திருக்கின்ற அந்த நீல நிற ஆகாசமும் ஒன்றுதானே?' என்று கேட்டான்.

அந்தப் புலையன் பேசிய தோரணையும், அவனது பிசிரற்ற கணீர் குரலும் மேலும் குழப்பத்தைத் தந்தது. அவன் பிடித்துக் கொண்டிருந்த நான்கு நாய்களும் ரிக், யஜுர், சாமம், அதர்வண வேதங்களாகவே தோன்றின.

வந்திருப்பது சாதாரண புலையன் கிடையாது.

புலையன் வேடம் பூண்டு வந்திருப்பது யார் என்பதை சட்டென்று ஆதிசங்கரரின் ஞானக் கண்கள் கண்டுபிடித்து விட்டன.

உடனே அவரது பாதங்களில் விழுந்து வணங்கினார்.

பின்னர் ஐந்து சுலோகங்களைப் பாடினார்.

அந்தப் புலையன் வேடம் கலைந்தது.

புலையன் வேடத்தில் வந்தது காசி காலபைரவப் பெருமாள்!

பக்திப் பரவசத்தோடு அவரை வணங்கினார் ஆதிசங்கரர்.

அந்த சுலோகங்கள் 'மனீஷா பஞ்சகம்' என்று அழைக்கப் படுகிறது. இதன் பொருள், உறுதிப்படுத்திக் கொள்ளுதல் அல்லது திட நம்பிக்கை என்பதாகும்.

இதன் சுருக்கம் என்னவென்றால், 'ஒருவன் பிறந்த குலத்தை யும், அவனது தோற்றத்தையும் வைத்து அவனை எடைபோடக் கூடாது. அவனது ஞானத்தை வைத்தே அவனை மதிப்பிட வேண்டும்.'

ஒருவன் ஆன்ம தரிசனம் என்னும் தன்னை முழுமையாக உணர்ந்தபின், அவன் மேல் சாதி, கீழ் சாதி, உயர்ந்த குலம், தாழ்ந்த குலம், பெரியவன், சிறியவன் போன்ற சமூக வேறுபாடுகளுக்கு அப்பாற்பட்டவனாகி விடுகிறான்.

இதுதான் மனிஷா பஞ்சகத்தின் முக்கியக் கருத்து.

அத்வைத சித்தாந்தத்தைத் தன் குருவிடம் இருந்து சங்கரர் ஏற்கனவே கற்றிருந்தாலும், இந்த நிகழ்வின்போது தான் அதன் உண்மைத் தன்மையை அவரால் ஆழமாக உணரமுடிந்தது.

அத்வைத சித்தாந்தம் மூலம் இந்து மத மறுமலர்ச்சிக்குப் புத்துயிர்ச்சி அளித்தார் ஆதிசங்கரர்.

காசியில் இருந்த காலக்கட்டத்தில் மற்ற மதங்களை எல்லாம் கண்டித்துத் தனது அத்வைத சித்தாந்தத்தை நிரூபித்தார் ஆதிசங்கரர்.

தனது நெடிய பா(ர)த யாத்திரையின்போது பாஸ்கர பட்டர், தண்டி, மயூரா ஆகிய ஆச்சாரியர்களைத் தன் ஞானத்தினாலும், புலமையாலும், வாதத் திறமையாலும் வென்றார்.

அதேபோல வடக்கே அவரை ஆரம்பத்தில் ஒப்புக்கொள்ள மறுத்த தர்ம குப்தா, முராரி மிஷ்ரா, பிரபாகர பட்டர் மற்றும் உதயணாச்சாரியார் ஆகிய மத குருக்களையும் சமய வாதப்போரில் வென்றார்.

இறுதியில், ஆதிசங்கரரின் சித்தாந்தத்தை ஏற்றுக்கொண்ட அத்தகைய குருக்களும், அவர்களது சீடர்களும் ஆதிசங்கரரின் சீடர்கள் ஆயினர்.

காசியில் இருந்தபோது ஆதிசங்கரர் பிரம்ம சூத்திரத்திற்கு பாஷ்யம் எழுதினார்.

பாஷ்யம் என்றால் விளக்க உரை என்று பொருள்.

அவருடைய விளக்க உரை தெளிவாகவும் துல்லியமாகவும் இருக்கிறதா என்பதைச் சோதித்து அறிவதற்காக வியாச முனிவரே அந்தணர் வேடத்தில் வந்தார்.

ஒருநாள் தனது சீடர்களுக்கு பிரம்ம சூத்திரத்தை விளக்கிக் கொண்டிருந்தார் ஆதிசங்கரர். அப்போது மிகவும் வயதான பிராமணர் ஒருவர் அங்கு வந்தார். அவர் பிரம்ம சூத்திரத்தில் ஒரு குறிப்பிட்ட சுலோகத்தைக் கூறி, அதற்கான விளக்கத்தைத் தருமாறு கேட்டுக்கொண்டார்.

ஆதிசங்கரரும் மிகத் தெளிவாகவும், துல்லியமாகவும் அதற்கான விளக்கத்தை அந்தப் பிராமணருக்கு அளித்தார்.

அந்த விளக்கத்தைக் கேட்டு மனம் குளிர்ந்துபோன பிராமணர், ஆதிசங்கரரை மனமுவந்து ஆசிர்வதித்தார். பின்னர் அவரது புலமையையும், அறிவையும், ஞானத்தையும் மனம்விட்டுப் பாராட்டினார்.

அப்போது ஆதிசங்கரர், 'ஐயா, இந்தப் பூமியில் எனக்கு விதிக்கப்பட்டது பதினாறு ஆண்டுகள் மட்டுமே. அது நிறைவுறும் தருவாயில் உள்ளது. எனவே கங்கை நதி தீரத்தில் மணிகர்ணிகா என்னும் படித்துறையில் இறங்கி ஜலசமாதி ஆகிவிட நினைத்துள்ளேன்' என்றார்.

அதைக்கேட்ட அந்தணர், 'உனக்கு இன்னும் கடமைகள் மீதம் இருக்கின்றன. இன்னும் வேத சாஸ்திரங்களுக்கு விளக்கங்கள் சொல்லும் கடமை உனக்கு உள்ளது. வேதாந்த உட்கருத்தை மக்களுக்குப் பரப்ப வேண்டும். பரப்பிரம்மம் பற்றிய சிந்தனைத் தெளிவுக்கு நீ வழிவகை செய்ய வேண்டும். அதற்காக அகண்ட பாரதம் முழுவதும் பயணித்து இறை சேவை செய்ய வேண்டிய நிச்சயமான கடமை உனக்கு இருக்கிறது. எனவே மேலும் பதினாறு வருடங்கள் ஆயுள் நீட்டிப்பு உனக்கு வழங்கப்படுகிறது' என்றார்.

அதன்பிறகே அந்தப் பிராமணர் சாதாரண ஆளில்லை என்பதும், வியாச முனிவரே அந்தணர் வேடத்தில் வந்திருப்பதும் ஆதிசங்கரரின் ஞானக்கண் அறிந்துணர்ந்தது.

உடனே அவரின் பொற்பாதம் பணிந்து ஆசி பெற்றார் ஆதி சங்கரர்.

இதைப் பார்த்துக் கொண்டிருந்த ஆதிசங்கரரின் முக்கிய சீடர் பத்மபாதர் மெய்சிலிர்த்துப் போனார். இருவரின் மலர்ப் பாதங்களிலும் விழுந்து அவரும் ஆசி பெற்றார்.

'பரப்ரம்மமே எங்கும் எதிலும் என்றும் நிறைந்துள்ளான். அவனுடைய அம்சமே ஜீவனாகும். பரப்பிரம்மத்தின் சக்தியே பிரபஞ்சமாகும். சக்தி, சக்திமானுக்குள் அடக்கம். ஆகையால் நாம் காணும் பொருள்கள் எல்லாம் மாயை. பரப்ரம்மமே எங்கும் உள்ளவன்'

இப்படி காசி மாநகர் எங்கும் பிரசங்கித்தார்.

அனைவரும் அவரை 'ஜகத்குரு'வாக ஏற்றுக்கொண்டனர்.

பின்னர் அங்கிருந்து பிருந்தாவனம் வந்த ஆதிசங்கரர், அங்கு யமுனை நதியைப் பார்த்ததும் அவருக்கு எல்லையற்ற ஆனந்தம் ஏற்பட்டது.

யமுனையில் அவர் ஸ்நானம் செய்த போது சிவப்பு குங்குமம் கலந்த நீர் வழிந்தது. நிமிர்ந்து பார்த்தால் எதிர்க் கரையில் கண்ணன் ஸ்நானம் செய்துகொண்டிருந்தான். அதாவது கண்ணன் மார்பில் பூசியிருந்த குங்குமமே அவ்வாறு வழிந்திருந்தது.

'அப்போது கண்ணனுடன் ராதை இல்லையே!' என்ற ஏக்கம் அவருள் எழுந்தது.

உடனே தண்ணீரில் இருந்து ஒரு செண்பக மலர்க் கொத்து அவர் கையில் கிடைத்தது. அதைக் கையில் எடுத்துப் பார்த்தபோது அதில் சிறிய சுருண்ட கேசத்தைப் பார்த்தார்.

யாரோ ஒரு பெண்ணின் கேசம் என்று நினைத்தார். ஒரு சன்னியாசியாகிய தான் அதைத் தொட்டுவிட்டதற்காகக் கலங்கி நின்றார்.

ஆனால் ராதைதான் அதைப் பிரசாதமாக அவருக்கு அனுப்பி வைத்திருப்பதை அதன்பிறகே உணர்ந்தார்.

ராதையைப் பார்த்த ஆதிசங்கரர் வியப்பின் உச்சத்தைத் தொட்டார். அந்தக் காட்சி தனக்கு மட்டுமே தனித்துவத்துடன் இருக்கிறதா அல்லது வேறு யாரும் அதில் பங்கெடுத்துள்ளார்களா என்று சுற்றுமுற்றும் பார்த்தார்.

எங்கும் நிறைய யோகிகள்!

ஆயர் குலச் சிறுமியருடன் கையில் தயிர் சாதத்தை வைத்துக் கொண்டு காட்சியளித்தான் கண்ணன்!

புளங்காகிதமடைந்தார்!

சந்தோஷத்தின் உச்சத்தைத் தொட்டார்!

அந்த மனநிறைவோடு மீண்டும் காசிக்கு வந்தார் ஆதிசங்கரர்.

அவரது குருநாதர் கோவிந்த பகவத் காட்டியது மொத்தம் நான்கு பாதைகளாகும். அந்தப் பாதைகள் அவரது நான்கு முக்கிய சீடர்கள் வாயிலாக அனைவருக்கும் உணர்த்தினார்.

பாதை ஒன்று

மண்டனமிஸ்ரா என்னும் சீடர் மூலமாக, பலனை எதிர்பாராமல் நாம் நம் கடமையைச் செய்ய வேண்டும். அதை பகவத் அர்ப்பணமாகவே செய்ய வேண்டும். பகவானே பலனைத் தருவார்.

இதுவே முதல் பாதை.

பாதை இரண்டு

இரண்டாவது பாதையை ஹஸ்தாமலகர் என்ற சீடர் மூலமாக அறிவுறுத்தினார். 'ஆத்மா வேறு உடல் வேறு. ஆத்மாவை புரிந்து கொண்டவனே ப்ரம்ம ஞானியாவான்.'

இது அவரது இரண்டாவது பாதை

பாதை மூன்று

ஆதிசங்கரர் ஒருநாள் தியானம் செய்துகொண்டிருந்தார். அங்குவந்த காபாலிகள், 'ஆத்மா வேறு, உடல் வேறு என்று நீங்கள் கூறுகிறீர்கள் அல்லவா! நாங்கள் உங்கள் உடலை வெட்டுகிறோம், பார்க்கலாம்' என்று கொக்கரித்தபடி அவரை நெருங்கினார்கள்.

அருகே தியானம் செய்து கொண்டிருந்த சீடர் பத்மபாதர், நரசிம்ம பகவான் அருளைப் பெறச் செய்து காபாலிகர்களைக் கொன்று குவிக்கும்படிச் செய்தார்.. இதன் வாயிலாக பக்தியே அனைவரையும் காப்பாற்றும் என்பதை உணர்த்தினார்.

பாதை நான்கு

அவரது சீடர் தோடகாச்சாரியார் என்பவர் பக்தி, தியானம் போன்ற எதிலும் நாட்டம் இல்லாதவராக இருந்தார். தமது குருநார் ஆதிசங்கரரே கதியென்று கிடந்தார். அவரது கடைக்கண் பார்வையே அனைத்து சாஸ்திரங்களையும் அவருக்குப் புரிய வைத்தது.

அதனால் சங்கரர், 'பஜ கோவிந்தம், பஜ கோவிந்தம்..' என்று பாடினார்.

காசியில் இருக்கும்போது அவர் இயற்றியது 'பஜகோவிந்தம்'

இந்தப் பாடல் நம்மில் பலரும் கண்டிப்பாகக் கேட்டிருப் போம். ஆனால் அதன் தமிழ் அர்த்தம் பலரும் அறிந்திருக்க மாட்டார்கள்.

முதுமை வந்த பிறகு ஆண்டவனை நினைக்கலாம்
என்று நினைத்து, சம்சார சாகரம் என்னும் மாயையில்
மூழ்கிக் கிடக்காதே முட்டாள் மனிதனே!
இறுதிக் காலத்தில் நீ நினைத்தாலும், இறைவனின்
நினைப்பு அவ்வளவு சுலபமாக வந்துவிடாது.
மங்கையரின் நினைப்பில் மனதை வீழ்த்தி விடாதே!
மோக சுகத்தில் மயங்கி விடாதே!
பணத்தை சம்பாதிக்க படாதபாடெல்லாம் பட
வேண்டியிருக்கிறது. அப்படி அரும்பாடு பட்டு
சம்பாதித்த பணத்தை பாதுகாப்பதோ,
அதைவிட சிரமமாக இருக்கிறது!
அவ்வளவு கஷ்டப்பட்டு சேர்த்த பணத்தில்,
ஒரு சல்லியைக் கூட கடைசியில் நீ போகும்போது
கொண்டு போக முடியாது.
சம்பாதிக்கிற வரை தான் உன் சொந்தங்கள்
உன் கூட இருக்கும்!
உன்னுடைய இறுதிப்பயணத்தில் உன் கூட
யார் வரப்போகிறார்கள்!
நீ ஆசை ஆசையாய் வளர்க்கும் மகன் வருவானா?
ஆயுள்காலமும் துணையிருப்பேன் என்று சொன்ன
மனைவி கூட வருவாளா?
இறுதியில் நீ அத்தனையையும் இங்கேயே
விட்டு விட்டு,

தனியே தான் போக வேண்டும்!
எனவே ஆசையை அறுத்து
நல்லெண்ணங்களால்
உன் மனதையும், மூளையையும் நிரப்பு.
செல்வத்தின் மீது ஆசை வைக்காதே.
நற்செயல்களில் ஈடுபடு.
மீண்டும் மீண்டும் மரணம்,

மீண்டும் மீண்டும் அன்னையின் மூலம் பிறப்பு
இந்த பிறவிக்கடலை விட்டு வெளியே வர,
இறைவனின் துணையை நாடு.
எங்கிருந்து வந்தாய் நீ,
எங்கே மீண்டும் போகப்போகிறாய், யோசி
எனவே, இளமையிலேயே ஆண்டவனை நினை.
நல்ல எண்ணங்களால் உன் சிந்தையை நிரப்பு!
நல்ல செயல்களில் ஈடுபடு!

காசியில் இருந்தபோது வியாசர் அருளிய பிரம்ம சூத்திரம், வேத ரிஷிகள் அருளிய பத்து உபநிஷதங்கள், கண்ணன் அர்ஜுனனுக்கு உபதேசித்த கீதை ஆகிய மூன்று நூல்களுக்கு ஆதிசங்கரர் உரை எழுதினார்.

இவை 'பாஷ்யம்' என்று அழைக்கப்படுகிறது.

இந்நூலின் மூலக் கருத்துக்களையே மையமாகக் கொண்டு அனைவரும் புரிந்து கொள்ளும் வகையில் அநேக வேதாந்த நூல்களையும் அவர் இயற்றியுள்ளார்.

அவை 'பிரகரண கிரந்தங்கள்' எனப்படுகிறது.

இவை தவிர குழந்தைகளுக்கு இதே கருத்தும், பக்தியும் கொண்ட 'கணேச பஞ்ச ரத்னம்' போன்ற ஸ்தோத்திரங்களையும் இயற்றியுள்ளார்.

சநந்தனர்

குருபக்தியில் அவருக்கு நிகர் அவரே. அதனால்தான் அவருக்கு 'பத்மபாதர்' என்ற பெயர் சூட்டப்பட்டது. அவரது இயற்பெயர் 'சநந்தனர்'.

சோழ நாட்டைச் சேர்ந்த தமிழ்ப் பிராமணர். ஆதிசங்கரர் தமது இறைப் பணியைக் காசியில் ஆரம்பித்த காலத்திலேயே அவரின் சீடராக வந்து சேர்ந்தார்.

ஆதிசங்கரர் தமது பதினாறாவது வயதில் பாஷ்யம் அனைத்தும் முடித்து விட்டு ஜலசமாதி அடைய நினைத்தபோது தான் வியாசர் அவரோடு வாதம் செய்தார். பின்னர் அவரை வாழ்த்தி, பாரத தேசம் முழுவதும் யாத்திரை செய்து அறிஞர்கள், வித்வான்களுடன் வாதங்கள் புரிந்து அத்வைதத்தை நிலைநாட்ட

வேண்டும் என்று கூறினார். அதற்காக அவரது ஆயுளை மேலும் பதினாறு ஆண்டுகள் நீட்டித்தும் ஆசி வழங்கினார்.

ஒருநாள் ஆதிசங்கரர் கங்கையின் இக்கரையில் இருந்தபோது சநந்தனர் அக்கரையில் குருநாதரின் துணிகளைக் காயப்போட்டுக் கொண்டிருந்தார்.

தமது சீடர் சநந்தனரின் குரு பக்தியை உலகறியச் செய்ய வேண்டும் என்று நினைத்த ஆதிசங்கரர், 'ஈரத் துணியுடன் நிற்கும் எனக்கு காய்ந்த துணி இருந்தால் கொண்டு வா' என்று சீடரிடம் குரல் கொடுத்தார்.

'ஈரம் சொட்டும் துணியில் குரு இருக்கும்போது காற்றாய்ப் பறந்து போய் காய்ந்த துணியைக் கொடுப்பதுதானே ஒரு உத்தம சீடனுக்கு அழகு!'

இப்படி நினைத்த சநந்தனர், தனக்கு முன்பாக கங்கா தேவி பிரவாகமெடுத்துப் போய்க் கொண்டிருக்கிறாள் என்ற நிஜத்தை மறந்தார்.

'குருநாதர் ஈரத் துணியோடு நடுங்கிக் கொண்டிருக்கிறார்' என்ற ஒற்றைச் சிந்தனை மட்டுமே அவர் மனதை ஆக்ரமித்துக் கொண்டிருந்தது.

எனவே கங்கையை மறந்தார்.

அக்கரைக்குப் படகு பிடித்துச் செல்ல வேண்டும் என்ற யதார்த்த உண்மையை மறந்தார்.

நதியில் நீந்திச் செல்ல வேண்டும் என்பதை மறந்தார்.

அவ்வாறு நீந்திச் செல்லும்போது காய்ந்த துணியும் ஈரமாகி விடும் என்பதையும் மறந்தார்.

குருநாதருக்குப் பணிவிடை செய்ய வேண்டும் என்பது மட்டுமே அவரது சிந்தையில் நிறைந்து கிடந்தது.

கங்கை நதியே அங்கே இல்லை என்பது போலவும், எதிரே சமதளமாகவும், நல்ல சாலையும் இருப்பதாகவே நினைத்து தனது காலைத் தூக்கி நதியில் வைத்து நடக்க ஆரம்பித்தார்.

இதைப் பார்த்த பரமேஸ்வரன், சநந்தனரின் குரு பக்தியை மெச்சினார். காய்ந்த துணியைப் பத்திரமாகக் கொண்டு சேர்க்க துணைபுரிந்தார்.

தண்ணீரின் மீது ஓரடி வைத்து அடுத்த அடி வைப்பதற்காகக்

காலைத் தூக்கியபோது அங்கே ஓர் அதிசயம் நடந்தது.

அங்கே மிகப் பெரிய தாமரை மலர் தோன்றியது.!

அதாவது அவரது பாதம் தண்ணீரில் படாமல் பாதுகாக்க அந்த மலர் உதவியது.

அடுத்த அடியை எடுத்து வைத்தபோது மற்றொரு தாமரை மலர் தோன்றியது!

இவ்வாறு தாமரை மலர்கள் முளைத்துக் கொண்டே அவரது அடியைத் தாங்கிக் கொண்டிருந்தது.

ஆனால் இந்தக் காட்சிகளை சநந்தனர் அறியவே இல்லை. காய்ந்த துணியைக் குருவிடம் விரைந்து சென்று கொடுக்க வேண்டும் என்பது மட்டுமே அவரது நினைவில் வழிந்து கிடந்த காரணத்தால் நடப்பு நிஜங்களை அவர் உணரவே இல்லை.

இந்தக் காட்சியை அங்கிருந்த பலரும் பார்த்து வியந்தனர். 'இப்படியொரு குரு பக்தியா!' என்று ஆச்சரியப்பட்டனர்.

அக்கரையை அடைந்த சநந்தனர், காய்ந்த துணியைத் தமது குருநாதர் ஆதிசங்கரரிடம் கொடுத்தார்.

'அக்கரையில் இருந்து எப்படி இங்கே வந்தாய்?' என்று குரு கேட்டபோதுதான் அவருக்கு நிஜ உணர்வே வந்தது.

நதியைத் திரும்பிப் பார்த்தார்.

அங்கே பத்மங்கள் முளைத்திருந்ததைப் பார்த்தார்.

பத்மங்கள் அவருடைய பாதத்தை தரித்ததால் சநந்தனர் என்ற அவருக்கு 'பத்மபாதர்' என்ற பெயரைச் சூட்டினார்.

3

புனித யாத்திரை

வியாசரின் அறிவுரைப்படி நாடு முழுவதும் ஆன்மீக யாத்திரை மேற்கொண்டார். முதலில் அலகாபாத்தில் பிரயாகை என்னும் இடத்திற்குச் சென்றார்.

அங்கு புகழ்பெற்ற மீமாம்சை தத்துவ ஞானி குமரிலப்பட்டரைச் சந்தித்தார்.

குமரிலப்பட்டர் பூர்வ மீமாம்சை தத்துவத்தின் கர்த்தா. வேதத்தின் கர்மக் காண்டத்தை ஏற்று அதன் வழி நடப்பவர். கடவுளை ஏற்காதவர். 'கர்மங்கள் மட்டுமே செய்து உயர்ந்த நிலையை அடைய முடியும்' என்ற நம்பிக்கை உடையவர்.

இப்படிப்பட்ட கருத்துக்களைக் கொண்ட பட்டரை ஆதிசங்கரர் சந்தித்த அந்த நேரம் ஒரு இக்கட்டான வேளையாக அமைந்தது.

அதாவது பௌத்த துறவியிடம் கற்றபோது உண்மைக்கு மாறாக குருவுக்குத் துரோகம் செய்துவிட்டதாகக் கருதி மனம் நொந்து போனார். எனவே அக்னி பிரவேசம் செய்யத் தயாரானார்.

உமியால் சூழப்பட்ட நெருப்பின் அருகே நின்று கொண்டிருந்தார். சற்றே காலம் கடந்தால் நெருப்பு பட்டரை விழுங்கிவிடும்.

அந்த நேரத்தில் சாந்த சொரூபியான ஆதிசங்கரர் பட்டரை நெருங்கி, அக்னி பிரவேசத்திற்கான காரணத்தைக் கேட்டார்.

கர்மாவின் பயனை அனுபவிப்பதாகவும், தான் செய்த நம்பிக்கை துரோகத்திற்கு இதுவே பரிகாரம் என்றும் கூறினார்.

பட்டரிடம் ஆறுதலாகப் பேசிய ஆதிசங்கரர், அத்வைதத்தை அவருக்கு விளக்கிக் கூறினார். அது தொடர்பாகக் கேட்ட சந்தேகக் கேள்விகளுக்கு உரிய விளக்கத்தையும் அளித்தார்.

'கர்மா என்பது செயல். இது செய்பவனை முன்னிலைப் படுத்துகிறது. கர்மாவின் பலன் செய்பவனைச் சேருகிறது. கர்மாவை நாம் செய்கிறோம். உணர்வோடு செய்யும்போது அது நம்மைப் பிடிக்கிறது. கர்மாவை ஈஸ்வரனுக்கு அர்ப்பணித்து விட்டால் கர்மாவில் இருந்து விடுபடலாம்...' என்று அத்வைதத்தின் சிறப்பு களை விரிவாகக் கூறினார்.

இவை அனைத்தும் குமரிலப்பட்டரை வெகுவாகவே கவர்ந்து விட்டது. அத்வைதப் பிரசங்கத்தில் தன்னையும் அர்ப்பணித்துக் கொள்ளத் தீர்மானித்தார்.

அக்னிப் பிரவேசம் செய்யும் தனது முடிவை மாற்றிக் கொண்டார். அக்னியில் இருந்தும் வெளியே வந்த பட்டர், சங்கரரிடம் ஒரேயொரு வேண்டுகோளையும் வைத்தார்.

அதாவது அத்வைதம் சிறப்பான முறையில் தழைத்தோங்க வேண்டுமென்றால் மீமாம்ச தத்துவத்தில் சிறந்து விளங்கும் மண்டன மிஸ்ரர் என்பவரை வாதம் செய்து வெற்றி கொள்ள வேண்டும் என்றார். அவ்வாறு செய்தால் மிஸ்ரரையும் அத்வைதப் பிரசங்கத்தில் இணைத்துக் கொள்ள முடியும் என்றும், அப்போது அத்வைதம் இன்னும் வேகமாகப் பரவும் என்றும் கூறினார்.

பட்டரின் வேண்டுகோளை ஆதிசங்கரர் ஏற்றுக்கொண்டார். நர்மதை நதிக்கரையில் அமைந்துள்ள மகிழ்மதி என்னும் நகருக்குச் சென்றார். அங்கே மண்டன மிஸ்ரர் வீட்டை அடைந்தார்.

அப்போது அங்கு சிரார்த்தம் நடைபெற்றுக் கொண்டிருந்தது. அங்கே வந்த ஆதிசங்கரரைக் கண்ட மிஸ்ரர் திடுக்கிட்டுப் போனார். ஏனென்றால் சிரார்த்தத்திற்கு வந்த பிராமணர்கள் உணவு உண்ண இலைகள் போட்டாகிவிட்டது. மந்திரங்களை ஜெபிக்கும் நேரமும் வந்துவிட்டது.

ஆனால் சங்கரர் காதில் விழுகிற மாதிரி மந்திரங்களைச் சொல்ல முடியாது என்பதால் அந்த இக்கட்டான நிலையில் என்ன செய்வது என்ற பதற்றம் தொற்றிக் கொண்டது.

பொதுவாக சிரார்த்தம் செய்கிறபோது கோபப்படக்கூடாது என்பது விதி.

ஆனால் அதையும் மீறி மிஸ்ரருக்குக் கோபம் வந்துவிட்டது. கோபத்தில் கர்மாவின் பலன்களை இழந்துவிடக் கூடாது என்ற பயத்தில் ஜைமினி என்ற பிராமணர், தமது சீடர் மண்டனரை சமாதானப்படுத்தினார்.

ஆதிசங்கரர் ஒரு சன்னியாசி. போஜனம் நடக்கும்போது ஒரு சன்னியாசியை சாப்பிடச் சொல்லாமல் உண்பது முறையல்ல. எனவே உணவு உண்பதற்காக அவரை அழைத்தார்கள்.

விவாதம் புரிவதற்காகவே தான் வந்திருப்பதாகக் கூறிய சங்கரர், அவர்களின் வற்புறுத்தலை அடுத்து உணவு உட்கொண்ட பிறகு விவாதத்தை மேற்கொண்டார்.

பூர்வமீமாம்சை தத்துவ வித்தகர் மிஸ்ரரும், அத்வைத தத்துவ ஞானி ஆதிசங்கரரும் நாள் கணக்கில் விவாதம் புரிந்தனர். சூடான அந்த விவாதம் மொத்தம் 21 நாட்கள் நடைபெற்றன.

இந்த விவாதத்தை மிஸ்ரரின் மனைவி சரசவாணியும் அருகில் இருந்து உன்னிப்பாகக் கவனித்துக் கொண்டிருந்தார்.

விவாதத்தின்போது சங்கரரின் திறமையைத் துல்லியமாகக் கணித்துவிட்டார் சரசவாணி. எனவே தத்துவ ரீதியாக இவரோடு விவாதம் புரிந்து வெற்றி கொள்வது இயலாதது என்பதும் அவருக்குப் புரிந்துவிட்டது. எப்படியாவது தனது கணவர் மிஸ்ரரைத் தோல்வி அடையாமல் காப்பாற்றிவிட வேண்டும் என்பதற்காக ஒரு வித்தியாசமான தீர்வை முன்வைத்தார்.

இருவரின் முன்பாகவும் ஒவ்வொரு மாலை வைக்கப்பட வேண்டும். யாருடைய மாலை முதலில் வாடுகிறதோ அவர் தோல்வி அடைந்ததாக அர்த்தம் என்று யோசனை கூறினார்.

அந்த யோசனைப்படியே மாலைகள் வைக்கப்பட்டு விவாதம் தொடர்ந்தது.

முதலில் மிஸ்ரரின் மாலை வாட ஆரம்பித்தது. இதனைத் தொடர்ந்து மிஸ்ரர் தோல்வி அடைந்தாக விவாதம் முடிவுக்கு வந்தது.

ஆனால் அதேநேரத்தில் வேறொரு மாதிரியான வரலாறும் காணப்படுகிறது

அதாவது ஒரு துறவி பதில் சொல்ல முடியாத காமசூத்திரம் சம்பந்தப்பட்டக் கேள்வி ஒன்றைக் கேட்டார் சரசவாணி.

அந்தக் கேள்விக்கு உண்மையான அனுபவம் இல்லாமல் பதில் சொல்ல முடியாது என்பதை உணர்ந்த சங்கரர், கூடுவிட்டுக்கூடு பாய்ந்து நேரடியாக அனுபவம் பெற்றுவிட்டு சரியான விடையைக் கூறி விவாதத்தில் வெற்றியை ஈட்டினார்.

இவ்வாறு ஆதிசங்கரர் கற்ற அனுபவம் 'அமருகம்' என்னும் நூலாக வெளிவந்ததாகக் கருதப்படுகிறது.

தோல்வியடைந்த மிஸ்ரர், சன்னியாசம் பெற்று சீடராக விரும்புவதாகக் கூறினார். அவரது விருப்பப்படியே அவரைச்

சீடராக ஏற்றுக்கொண்ட ஆதிசங்கரர், அவருக்கு 'சுரேஸ்வரர்' என்ற பெயரைச் சூட்டினார்.

தனது கணவர் துறவு வாழ்க்கை மேற்கொண்டதால் விரக்தியின் விளிம்புக்கே சென்றுவிட்டார் சரசவாணி. இறந்து போய்விடவும் முடிவெடுத்தார்.

ஆனால் 'வனதுர்க்கா' என்னும் மந்திரத்தால் அவரை இறந்து விடாமல் பாதுகாத்து ஒருநிலைப்படுத்தினார் ஆதிசங்கரர். அவரையும் தமது சீடராக இணைத்துக் கொண்டார்.

பின்னர் சுரேஸ்வரர் மற்றும், சரசவாணியுடன் கர்நாடகாவின் துங்கபத்திரை நதிக்கரையில் அமைந்துள்ள சிருங்கேரி என்னும் இடத்தை பாதயாத்திரையாகவே அடைந்தார் ஆதிசங்கரர்.

அங்கு வந்ததும் மேற்கொண்டு நகராது அங்கேயே நின்று விட்டார் சரசவாணி. எனவே சிருங்கேரியிலேயே தங்கியிருந்து ஆன்மீகப் பணிகளை மேற்கொள்வதற்காகவும், அத்வைத கருத்தைப் பரப்புவதற்காகவும் பீடம் ஒன்றை நிறுவினார் ஆதிசங்கரர்.

அதுவே 'சாரதா பீடம்' என்று அழைக்கப்படுகிறது.

ஆதிசங்கரர் நிறுவிய முதல் பீடமும் இதுவே. இதன் மடாதி பதிகளை 'சங்கராச்சாரியார்' என்று அழைக்கின்றனர்.

சிருங்கேரியில் கடும் வெயிலில் பிரசவ வேதனையால் தவித்துக் கொண்டிருந்த தவளை ஒன்றிற்கு அதன் பரம எதிரியான பாம்பு தனது படத்தால் நிழலைக் கொடுத்துக் கொண்டிருந்த காட்சியைப் பார்த்து ஆனந்தித்தார் ஆதிசங்கரர்.

சிருங்கேரியில் இருந்தபோதுதான் தனது தாயார் அந்திமக் காலத்தில் இருப்பதை உணர்ந்தார் ஆதிசங்கரர். அப்படித்தான் அவர் காலடிக்குப் போய் தனது தாயாருக்கு இறுதி மரியாதைகளை செய்தார்.

ஆதிசங்கரர் இறுதிச் சடங்குகளைச் செய்வதற்கு அங்குள்ள நம்பூதிரிகள் கடும் எதிர்ப்புத் தெரிவித்தனர். ஒரு சந்நியாசி இறுதிச் சடங்குகள் செய்யக்கூடாது என்பது அவர்களது வாதம். ஆனால் அதைப் பொருட்படுத்தாமல் சடங்குகளைச் செய்துவிட்டு காலடியில் இருந்து புறப்பட்டார்.

திருவனந்தபுரம் சென்று பத்மநாபப் பெருமானை வழிபட்டார். அத்வைதத்தை எதிர்த்தவர்களை வாதிட்டு வென்றார்.

கன்னியாகுமரியில் கன்னி வடிவில் தவமிருக்கும் பகவதி

அம்மனைத் தரிசித்தார். பரசுராமரால் பிரதிஷ்டை செய்யப்பட்ட ஆலயத்தை வலம் வந்தார்.

திருச்செந்தூரிலிருந்து ராமேஸ்வரம் சென்று அனுமன் கயிலையில் இருந்து கொணர்ந்த விஸ்வேஸ்வர லிங்கத்தை முதலில் தரிசித்தார். பின்னர் சீதை மணலால் செய்து ராமர் வழிபட்ட ராமநாதசுவாமியை வழிபட்டார்.

தன் தலையில் உள்ள சந்திரனிடம் இருந்து மதுவைப் பொழிந்து நாகம் உமிழ்ந்த நஞ்சைப் போக்கி புனிதப்படுத்திய இடமான மதுரையில் மீனாட்சி அருளாட்சி புரியும் கர்ப்பகிரகத்தின் முன் நின்று சங்கரர் 'ஸ்ரீமீனாட்சி பஞ்சரத்தினம்' பாடி மகிழ்ந்தார்.

தொண்டி அருகில் இருக்கும் உப்பூர் சென்று கணேசர் மீது 'ஸ்ரீகணேசபஞ்சரத்தினம்' பாடி வழிபட்டார்.

சிதம்பரம் நடராஜப் பெருமானின் கோயிலில் சிற்சபையின் அருகே உள்ள வாயிலில் திரைச் சீலை அகற்றப்பட்டு ஆரத்தி காண்பிக்கப்படும் அப்போது அங்கே காட்சியளிப்பது தங்கத்தால் ஆன வில்வ மாலை மட்டுமே. மூர்த்தி இல்லாமல் வில்வம் மட்டும் தெரியும்.

இதுதான் சிதம்பர ரகசியம்.

இறைவன் இங்கு ஆகாய வடிவில் இருக்கின்றான் என்பதன் பொருள் அது.

அதைக் கண்டுகளித்தார் சங்கரர். அன்னாகர்ஷண யந்திரத்தை ஸ்தாபித்தார்.

பின்னர் திருவிடைமருதூர் பயணமானார்.

திருச்சி திருவானைக்காவல் ஆகிய தலங்களுக்குச் சென்றார். அங்கெல்லாம் அத்வைதத்தைப் பரப்பினார்.

திருவானைக்காவலில் உறைந்துள்ள அகிலாண்டேஸ்வரி அம்மன் மிகவும் உக்கிரமமாகக் காட்சி அளித்ததால், பக்தர்களை நெருங்கி வணங்க முடியாத நிலை காணப்பட்டது. இதைக் கேள்விப்பட்ட ஆதிசங்கரர், ஸ்ரீசக்கர ஸ்வரூபமாகத் திகழும் தாடகங்கள் என்று அழைக்கப்படும் இரண்டு தோடுகளை அன்னையில் சன்னிதியில் பிரதிஷ்டை செய்து அன்னையின் உக்கிரத்தைத் தணித்ததாகக் கூறப்படுகிறது.

திருப்பதி சென்ற அவர் வேங்கடவனை வழிபட்டு, அவரது திருப்பாதம் முதல் கேசம் வரையிலான அழகை வர்ணிக்கும் 'ஸ்ரீவிஷ்ணு பாதாதி கேசாந்த ஸ்தோத்திரம்' இயற்றினார்.

வெங்கடாசலபதிப் பெருமாளின் சன்னிதிக்கு ஏராளமானோர் வந்து தரிசித்து அருள்பெற வேண்டும் என விரும்பி, மந்திரசக்தி வாய்ந்த இயந்திரங்களை திருப்பதி கோயிலின் கர்ப்பகிரகத்தில் ஆதிசங்கரர் பிரதிஷ்டை செய்து வழிபட்டார் என்று கூறப்படு கிறது.

ஆந்திராவின் ஸ்ரீசைலம் என்னும் மலைகளால் சூழப்பட்ட அழகிய சிற்றூரை அடைந்தார். அங்கு காபாலிகர்கள் என்னும் மலைவாழ் மக்கள் வாழ்ந்து வந்தனர்.

நாகரீகமற்ற அவர்கள் மனித மாமிசத்தை உண்பவர்கள். கண்மூடித்தனமான பூஜையில் ஈடுபடும் அவர்கள் மண்டையோடு அணிந்து ஜடா முடியுடன் காணப்பட்டனர். எதிரிகளைத் திட்டமிட்டு ஒழித்துக் கட்டுவதில் கில்லாடிகள்.

அவர்களிடம் போய் உயிர்பலியிடுவது, மனித மாமிசம் உண்பது போன்றவற்றைத் தவறு என்றும், இறை வழிபாட்டில் அன்பும், கருணையும்தான் மேலோங்கி நிற்க வேண்டும் என்றும் அறிவுரை வழங்கினார்.

ஆனால் அந்த முரட்டுக் காபாலிகளின் காதுகளில் இது ஏறவில்லை. அத்துடன் ஆதிசங்கரரைத் தங்களது எதிரியாகவும் நினைத்து, அவரைத் தீர்த்துக்கட்ட முடிவு செய்தனர்.

சங்கரர் ஆழ்ந்த தியானத்தில் இருந்தார். அப்போது காபாலி கன் ஒருவன் பளபளப்பான வாளை ஓங்கி, அவர் கழுத்தை நோக்கி வேகமாக வீச முயன்றபோது, அந்தக் காபாலிகன் உடல் சிதைந்து சின்னாபின்னமாகிக் கீழே வீழ்ந்தான்.

பத்மபாதர் அவனை வீழ்த்திவிட்டார். அதாவது அவதாரம் எடுத்து காபாலிகனை பத்மபாதர் கொன்றுவிட்டார்.

மூகாம்பிகை அருகே ஸ்ரீபலி என்னும் கிராமத்தில் ஊமையாக இருந்த பாலகனை சீடராக ஏற்றுக்கொண்டார். காரணம் அச்சிறு வன் பரமாத்ம தத்துவத்தை உள்ளங்கையில் இருக்கும் நெல்லிக் கனியைப்போலத் தெளிவாகக் கூறியதுதான்.

அவருக்கு ஹஸ்தாமலகர் என்னும் பெயர் சூட்டப்பட்டு சன்னியாசியாக அனுக்கிரகிக்கப்பட்டார்.

கிரி என்ற சீடரின் சேவையால் மகிழ்ச்சியடைந்து 'தோடகர்' என்று பெயரைச் சூட்டி சன்னியாசம் அளித்தார் ஆதிசரங்கரர்.

ஆதிசங்கரருக்கு எதிராக அபிநவகுப்தன் என்பவன் அபிசார யாகம் செய்து, அவருக்குக் காச நோய் ஏற்படச் செய்தான். பிறகு ஈசனின் கட்டளைப்படி ஆகாய மார்க்கமாக திருச்செந்தூர் வந்து சேர்ந்தார் ஆதிசங்கரர். அங்கு ஆதிசேஷனான பாம்பு முருகனை பூஜிப்பதைக் கண்டு வியந்தார். பாம்பொன்று ஊர்ந்து செல்லும் விதமான நடையில் 'சுப்ரமணிய புஜங்க ஸ்லோகங்கள்' இயற்றிப் பாடித் தொழுதார்.

பின்னர் கந்தப் பெருமானின் அருளால் நோய் நீங்கப் பெற்றார். திருச்செந்தூர் கோயில் மகா மண்டபத்தில் ஆதிசங்கரரது திருவுருவச் சிலை உள்ளது.

ஆதிசங்கரர் பவனி வந்த நகரங்களில் ஒன்று ஜகந்நாதபுரி. இது கோவர்த்தன பீடம் எனப்படும்.

கயிலை சென்றபோது சிவபெருமானின் தரிசனம் அவருக்குக் கிடைத்தது. அப்போது ஆதிசங்கரருக்கு ஐந்து ஸ்படிக லிங்கங் களைச் சிவன் வழங்கினான்.

இந்த ஸ்படிக லிங்கத்தில் ஒன்றை நேபாளத்திலுள்ள பசுபதிநாத்திலும், முக்தி லிங்கம் கேதார்நாத்திலும் சங்கரரால் பிரதிஷ்டை செய்யப்பட்டது.

பின்னர் சிதம்பரத்தில் மோட்ச லிங்கத்தையும், சிருங்கேரியில் போகலிங்கத்தையும் பிரதிஷ்டை செய்தார்.

தமது உலக வாழ்வை நிறைவு செய்யத் திருவுள்ளம் கொண்டு ஏழு மோட்ச ஸ்தலங்களில் ஒன்றாக விளங்கும் காஞ்சிபுரத்திற்கு வருகை தந்தார்.

ஆதிபராசக்தியான காமாட்சியின் அருள் நகரம் காஞ்சி எனக் கண்டார். அவளது இருப்பிடமான சக்கரத்தைப் போலவே அந்நகரை மாற்றியமைத்தால் அம்பிகையின் அருள் மேலும் அதிகமாகக் கிடைக்கும் என்று உணர்ந்தார்.

காஞ்சியில் ஸ்ரீ சக்கரத்தைப் பிரதிஷ்டை செய்து காமாட்சியின் உக்கிரம் நீக்கி அவளை கருணையின் பாத்திரமாய்த் திகழச்செய்தார்.

காமாட்சி மீது எல்லையற்ற பக்தி கொண்ட ஆதிசங்கரர், அங்கு 'காமகோடி பீடம்' என்ற மகத்தான சக்திபீடத்தை அமைத்தார்.

எஞ்சிய பஞ்சலிங்கமான யோகலிங்கத்தை தனது பீடத்தில் பூஜைக்கென்று வைத்துக்கொண்டார்.

அங்குள்ள மடாதிபதிகளால் பூஜிக்கப்பட்டு வரும் மௌலீஸ்வர ஸ்படிக லிங்கம் இந்த யோக லிங்கம்தான்.

'ஷண்மத'த்தை நிறுவிய காரணத்தால் 'ஷண்மதாச்சாரியார்' என்றும் அழைக்கப்படுகிறார்.

இந்து சமய வழிபாட்டு முறையை ஆறு வகையாக ஆதிசங்கரர் பிரித்ததை 'ஷண்மதம்' என்கிறார்கள்.

இந்துமதம் பல பிரிவுகளாகப் பிளவுபட்டுப் போய்க் கிடந்தது. அன்றைய சூழலில் 72 பிரிவுகள் காணப்பட்டதாகக் கூறப்படுகிறது. இதனால் இந்து மதம் பலவீனமடைந்து போகும் நிலை இருந்தது. மதம் முற்றிலும் காணாமல் அழிந்துபோய் விடாமல் அதனைப் பாதுகாக்க வேண்டும் என்று சிந்தித்து, பல பிரிவுகளில் இருந்த ஒற்றுமைகளை நிலைநாட்டி, வேதங்கள், சாஸ்திரங்கள் முன் வைக்கும் பரம்பொருள் பற்றிய கருத்துக்களை மக்களிடம் பரப்ப நினைத்தார் ஆதிசங்கரர்.

ஒவ்வொரு பிரிவைச் சேர்ந்த தலைவர்கள் அல்லது குருக்களை நேரில் சென்று சந்தித்து இறைத் தத்துவத்தை விளக்கிக் கூறினார். அத்வைதம் சிறப்பாக இருந்தாலும், தங்களின் தலைமைக்கு ஆபத்து வந்துவிடக்கூடும் என்ற அச்சத்தில் ஆதிசங்கரரின் விளக்கத்தை ஏற்றுக்கொள்ள மறுத்தார்கள்.

இவ்வாறு மறுத்தவர்களைத் தனது வாதத் திறமையால் தோற்கடித்து மத ஒற்றுமைக்கு வழிவகுத்தார். எனவே அனைவரும் ஆதிசங்கரரைத் தங்களின் ஆச்சாரியராக ஏற்றுக் கொண்டனர்.

இந்து மதத்தை சைவம், வைஷ்ணவம், காணாபத்தியம், கௌமாரம், சௌரம், சாக்தம் என்னும் ஆறு பிரிவுகளாகப் பிரித்து சீர்படுத்தினார்.

இவ்வாறு இந்துமதத்தின் முக்கியமான பிரிவுகளை நெறிப்படுத்தியதோடு அந்தந்தத் தெய்வங்களுக்கான வழிபாட்டு முறைகளையும் விரிவாக எடுத்துக் கூறினார். அத்துடன் அந்தந்த தெய்வங்களைப் போற்றி வணங்கக்கூடிய துதிப்பாடல்களையும் இயற்றினார்.

அத்வைத சித்தாந்தங்களைப் பரப்புவதற்காகத் தனது நான்கு பிரதான சீடர்களான பத்மபாதர், சுரேஷ்வராச்சாரியார் (மண்டன மிஸ்ரர்), தோடகாச்சாரியார், ஹஸ்தாமலகாச்சாரியார் ஆகியோரை பீடாதிபதிகளாகக் கொண்டு இந்தியாவின் நான்கு திசைகளில் சங்கர மடங்களை நிறுவினார் ஆதிசங்கரர்.

அவை முறையே கிழக்கில் ஒடிசா மாநிலம் பூரியில் கோவர்த்தன பீடம், தெற்கில் கர்நாடக மாநிலத்தில் சிருங்கேரி பீடம், மேற்கே குஜராத் மாநிலத்தில் துவாரகா பீடம், வடக்கே உத்தரகாண்டத்தில் ஜோதிர்மட் பீடம் ஆகும்.

மேலும் தன் சித்தாந்த, சன்னியாச வழியைப் பின்பற்றிய துறவிகளில், `தசநாமி சந்நியாசிகள்` என்று அழைக்கப்பட்ட பத்து பிரிவுகளை உண்டாக்கினார். .

கிருஷ்ணன் எழுந்தருளியுள்ள துவாரகை சென்று காளிதேவியையும், சித்தேஸ்வரரையும் ஸ்தாபித்து காளிகாபீடம் நிர்மாணித்தார். அதன் ஆச்சார்யராக பத்மபாதரை நியமித்தார்.

மீண்டும் சிருங்கேரி வந்த சங்கரர் சிவன் கொடுத்த ஸ்படிக லிங்கங்களில் ஒன்றான போக லிங்கத்தை சிருங்கேரியில் ஸ்தாபித்தார்.

அங்கிருந்து திருவொற்றியூருக்கு வந்தார். ஈசனை வழிபட்டார். வட்டப்பாறை அம்மன் சன்னதியில் ஸ்ரீசக்கரம் பதித்து புனிதப் படுத்தி நரபலி கொடுக்கும் பழக்கத்தை நிறுத்தினார்.

'திரிபுரசுந்தரி ஸ்தோத்திரம்' பாடினார். எல்லா ஜனங்களும் புரிந்து கொள்ளும் முறையில் வினாவிடை மணிமாலா எனப்படும் பிரச்னோத்ர ரத்ன மாலிகாவைச் சொன்னார்.

பூவிருந்தவல்லியில் தரிசனம் செய்துவிட்டு மாங்காடு சென்றார்.

ஈசனின் அனல்வழித் தீயும், உமையின் தவத்தின் உக்கிரத் தீயும் சேர்ந்த அளவற்ற வெப்பத்தால் வாடி வருந்திய மாங்காடு மக்களுக்கு ஆறுதல் தரும் விதமாக அபூர்வ அமைப்புக் கொண்ட அர்த்தமேரு எனப்படும் 43 திரிகோணத்துடன் கூடிய ஸ்ரீ சக்கர யந்திரத்தைப் பிரதிஷ்டை செய்தார்.

இதன்மூலம் மாங்காட்டின் வெப்பம் தணிந்தது. சிவனையும் சக்தியையும் தரிசித்து காஞ்சிபுரம் சென்றார்.

இமயமலைப் பகுதியில் உத்தரகாண்டம் மாநிலத்திலுள்ள பத்ரிநாத் எனும் புண்ணிய பூமியைச் சென்றடைந்தார். குளிர் பிரதேசமான அங்கு அதிசயமாகக் காணப்படும் தப்த் குண்ட் எனப்படும் வெந்நீர் ஊற்றுக்கு அருகில் பத்ரிநாராயணன் என்று அழைக்கப்படும் மகாவிஷ்ணுவுக்கு கோயில் ஒன்றைக் கட்டினார்.

வைணவர்களின் 108 திவ்ய தேசங்களில் ஒன்றாக விளங்கும் பத்ரிநாத் தரை மட்டத்தில் இருந்து 10 ஆயிரத்து 279 அடி உயரத்தில் அமைந்துள்ளது.

தமது வாழ்நாளின் கடைசி இரண்டு வருடங்களை பத்ரிநாத்தில் ஆறு மாதமும், ஜோதிர்மட்டில் ஆறு மாதமும் ஆதிசங்கரர் கழித்ததாக ஒரு கூற்று உண்டு.

காஷ்மீரத்தில் ஆதிசங்கரர்

காஷ்மீரத்தைச் சென்றடைந்த ஆதிசங்கரர் அங்கு சிறிய மலை மீது இருந்த குகை ஒன்றில் தங்கினார். அந்த இடம் தற்போது ஸ்ரீ ஆதி சங்கராச்சாரியா ஆலயம் என்றாகி இருக்கிறது.

காஷ்மீரில் இருந்தபோதுதான் சக்தி இல்லையேல் சிவனும் இல்லை என்னும் சக்தியின் மேன்மையை அவர் உணர்ந்தார் என்று கூறப்படுகிறது.

அங்குதான் அவர் 'சௌந்தர்ய லஹரி ஸ்லோகங்கள்' இயற்றி ஸ்ரீசக்கரத்தையும் வடிவமைத்தார்.

சௌந்தர்ய லஹரி என்றால் 'அழகு அலைகள்' என்று பொருள். 'லஹரி' என்றால் சந்திரன் உதிப்பதால் கடலில் ஏற்படும் பொங்குதலைக் குறிக்கும்.

அதாவது மனிதனின் மனமாகிய கடலில் அம்பிகை என்னும்

காஷ்மீரில் ஆதிசங்கரர் அமைத்த கோயில்

அழகான சந்திரன் பிரகாசிக்கும்போது ஏற்படும் ஆனந்தமும் ஓர் அலை வரிசையே.

பதரிவனத்தில் விஷ்ணு காட்சி கொடுக்க அவர் பாதங்களை வணங்கி 'ஷட்பதி ஸ்தோத்திரம்' பாடினார்.

விஷ்ணுவின் வேண்டுகோளின்படி அலக்நந்த பகுதியில் புதையுண்டு கிடந்த நாராயணனின் சிலாரூபத்தைக் கண்டுபிடித்து பிரதிஷ்டை செய்தார். அந்த இடத்தில் ஜ்யோதிஷ்மதி பீடம் ஏற்படுத்தி அதன் முதல் ஆச்சார்யராக தன் சீடர் ஆனந்தகிரியை நியமித்தார்.

அங்கு தன் சத்குரு கோவிந்தபாதரும், பரமகுரு கௌடபாதரும் தவத்தில் இருக்கும் காட்சியை மனதில் கண்டு ஆச்சரியப்பட்ட சங்கரர் அவர்களை தட்சிணாமூர்த்தியாகப் பாவித்து 'தட்சிணாமூர்த்தி ஸ்தோத்திரம்' பாடினார்.

காஷ்மீரில் தங்கி இருந்தபோது விசார்னாக் என்ற இடத்தில் தமது சீடர்களுடன் முகாமிட்டிருந்தார். அவர்கள் தங்குவதற்கு

இருப்பிடம், உணவுப் பொருட்கள் என்று அனைத்தையும் ஏற்பாடு செய்தவர் நெருப்பு மூட்டுவதற்கான சாதனத்தை மட்டும் மறந்து விட்டார். எனவே அவர்களால் அடுப்பை மூட்டி சமையல் செய்ய முடியாமல் போனது.

இந்நிலையில் மறுநாள் அங்குவந்த சமையல்காரப் பெண்மணி அதைப் பார்த்து அவர்களைக் கிண்டல் செய்தாள். பிறகு இரண்டு குச்சிகளை எடுத்து உரசினாள். தீப்பொறி பறந்தது. அதைப் பயன் படுத்தி அடுப்பை மூட்டி சமையல் செய்தாள்.

அதைப் பார்த்து ஆதிசங்கரரே திகைத்துவிட்டார். அந்தப் பெண் வெறும் சமையல்காரி மட்டுமல்ல, நல்ல அறிவு முதிர்ச்சி கொண்டவள். எனவே ஆதிசங்கரரோடு தர்க்கம் செய்ய அவள் விரும்பினாள்.

அவள் விருப்பம் ஏற்றுக்கொள்ளப்பட்டது. சக்தியின் மகிமை மற்றும் ஆன்மீக விஷயங்கள் குறித்து தர்க்கம் நடந்தது. ஏறத்தாழ பதினேழு நாட்கள் இந்தத் தர்க்கம் நீடித்தது.

வாதத்தில் வழக்கம்போலவே ஆதிசங்கரர் வெற்றி அடைந்தாலும், சக்தியின் மேன்மை குறித்த சில கேள்விகளுக்கு அவரால் சரியான பதிலைக் கூற முடியாமல் போயிற்று. வேறு வழியின்றி சக்தியின் மகிமையை அவர் ஏற்க வேண்டியிருந்தது.

அப்படித்தான் சக்தி இல்லாமல் சிவனுக்கு தனி சக்தி கிடையாது என்பதை அவர் உணர்ந்தார்.

சக்தியின் மகிமையை ஆதிசங்கரருக்குப் புரிய வைப்பதற்காகத் தான் சமையல்காரியாக பார்வதி தேவி வந்ததாகப் பண்டிதர்கள் கூறுகின்றனர்.

கி.பி. 9ஆம் நூற்றாண்டின் முற்பகுதியில் காஷ்மீரத்துக்கு ஆதிசங்கரர் விஜயம் செய்ததாக சில அறிஞர்கள் கூறுகின்றனர்.

ஆனால் கி.மு. 3ஆம் நூற்றாண்டில் ஆதிசங்கரர் விஜயம் செய்ததாகவும் ஒரு கூற்று உண்டு.

ஸ்ரீநகரின் தென்மேற்குப் பகுதியில் தரை மட்டத்தில் இருந்து சுமார் ஆயிரத்து 100 அடி உயரத்தில் சிறிய குன்றின் மீது இந்த ஆலயம் அமைந்துள்ளது.

பல்வேறு பெயர்களால் அழைக்கப்பட்ட இக்கோயில் 1846 முதல் 1857ஆம் ஆண்டு வரை ஆட்சி செய்த டோக்ரா பிரிவைச் சேர்ந்த குலாப் சிங், இந்துக்கள் வழிபடுவதற்காக சிவலிங்கம்

ஒன்றை அங்கு பிரதிஷ்டை செய்தார். சங்கராச்சாரியார் ஆலயம் என்ற பெயரையும் அவரே சூட்டினார்.

அந்த ஆலயத்திற்குச் செல்வதற்கான படிக்கட்டுகளும் அவரே அமைத்தார் என்கிறது வரலாற்றுத் தகவல்.

இக்கோயிலுக்கு 1925ஆம் ஆண்டு விஜயம் செய்த மைசூர் மகாராஜா, மின் இணைப்பு கிடைக்க வழிவகை செய்தார். 1961ஆம் ஆண்டு துவாரகா பீடத்தின் மடாதிபதி அந்த ஆலயத்தில் ஆதி சங்கரரின் சிலையைப் பிரதிஷ்டை செய்தார்.

இருபது அடி உயரத்தாலான எண்கோண வடிவில் அமைந்துள்ள பீடத்தில் இக்கோயில் உள்ளது. எட்டு என்பது இந்து மதத்தில் பேராற்றல் கொண்ட முக்கியமான எண் என்பது குறிப்பிடத்தக்கது.

இக்கோயில் பற்றி நிறைய மாறுபட்ட கருத்துக்கள் உள்ளன. கி.மு. 2629 முதல் 2564 ஆம் ஆண்டு வரை ஆட்சி செய்த சண்டிமான் என்னும் மன்னர் இக்கோயிலைக் கட்டியதாகக் காஷ்மீரிப் பண்டிதர்கள் கூறுகின்றனர்.

இயற்கை சீற்றம் காரணமாக பழுதடைந்த இக்கோயிலை கி.மு. 426 முதல் 365ஆம் ஆண்டு வரை ஆட்சி செய்த ராஜ கோபதத்யா என்ற மன்னர் சீரமைத்தார். ஆனால் இந்த மன்னர் தான் இக்கோயிலைக் கட்டியதாகவும் சிலர் கூறுகின்றனர்.

பின்னர் கி.பி. 697 முதல் 734ஆம் ஆண்டுகளில் மிகப்பெரிய பூகம்பத்தால் கோயில் பழுதடைந்து போயிற்று. அப்போது ஆட்சி செய்த கரகோட்டே வம்சத்தைச் சேர்ந்த லலிதாதித்யா என்பவர் புதுப்பித்துக் கட்டினார்.

எப்படி இருப்பினும் ஸ்ரீநகரில் உள்ள இக்கோயில் மிகப் பழமையானது என்பதில் மாற்றுக் கருத்தே கிடையாது.

ஒரு பழமையான சமஸ்கிருத சாசனத்தில் ஆதிசங்கரர் பிறந்த ஆண்டு கலியுக வருடம் 3889 என்றும், மறைந்த ஆண்டு 3921 என்றும் குறிப்பிடப்பட்டுள்ளது.

மேக்ஸ்முல்லர் கி.பி. 788 முதல் 820ஆம் ஆண்டு வரை ஆதிசங்கரர் வாழ்ந்தார் என்று குறிப்பிட்டுள்ளார்.

சமஸ்கிருத சாசனத்தில் குறிப்பிட்டுள்ளதும், மேக்ஸ்முல்லர் குறிப்பிட்டுள்ளதும் ஒன்றாகவே இருக்கிறது.

கம்போடிய நாட்டின் கல்வெட்டு ஒன்றில் பகவான் சங்கரரின் மாணவன் என்று தன்னைக் கூறிக்கொள்ளும் சிவசோமா என்பவரைப் பற்றிய தகவல் காணப்படுகிறது. இவர் கி.பி. 878 முதல் 887ஆம் ஆண்டு வரை வாழ்ந்த இந்திரவர்மன் என்பவரின் குரு.

சௌந்தர்ய லகரி என்னும் நூலில் 75 ஸ்லோகத்தில் ஆதி சங்கரர் திருஞானசம்பந்தரைப் பற்றிக் குறிப்பிட்டுள்ளார். 'செந்தமிழ்க் குழந்தை' என்றும், 'திராவிட சிசு' என்றும் ஞான சம்பந்தரைக் குறிப்பிட்டுள்ளார்.

திருஞான சம்பந்தர் வாழ்ந்த காலம் கி.பி. 7ஆம் நூற்றாண்டு.

இவ்வாறு ஆதிசங்கரர் வாழ்ந்த காலம் பற்றி மாறுபட்ட கருத்துக்கள் இருந்து கொண்டே இருக்கின்றன.

அங்கிருந்து புறப்பட்டு கைலாயம் சென்றார். அங்கு தேவர்கள், முனிவர்கள், பூதகணங்கள் அனைவரும் ஈசனை வழிபடுவதைப் பார்த்துப் பரவசமடைந்தார். அவரும் ஈசனை வழிபட்டு பாட ஆரம்பித்தார்.

பஞ்ச ஸ்படிக லிங்கங்களையும், பார்வதி தேவி நினைவாக சிவன் செய்த ஸ்தோத்திரத் துதி அடங்கிய சுவடி ஒன்றையும் இறைவன் அவருக்கு வழங்கினார்.

கோயிலின் உட்புறத்தில்

அதனைப் பெற்றுக்கொண்ட ஜகத்குரு ஆதிசங்கரர், "உமாமகேஸ்வர ஸ்தோத்திரம்' பாடினார்.

பஞ்சலிங்கங்களையும் சுவடியையும் எடுத்துக் கொண்டு வெளியில் சங்கரர் வருவதைப் பார்த்த நந்திகேஸ்வரர் சந்தேகத் துடன், 'இவை எப்படி உனக்குக் கிடைத்தது?' என்று கேட்டார்.

சிவபெருமானைப் பார்த்த ஆனந்த பரவசத்தில் வந்து கொண்டிருந்த சங்கரர், நந்தி கேட்டதைக் கவனிக்கவில்லை.

எனவே நந்திக்கு இன்னும் சந்தேகம் அதிகரித்தது. அவர் கையிலிருந்த சுவடியைப் பிடுங்கினார். அதனால் சுவடியில் உள்ள 41 பாடல்கள் மட்டுமே ஆதிசங்கரரின் கைகளில் மிஞ்சின.

அதனால் கவலைப்பட்ட ஜகத்குருவின் செவிகளில், 'வருந்தாதே சங்கரா! விடுபட்ட பகுதியை நீயே பூர்த்தி செய்' என்ற அசரீரி கேட்டது.

அப்படியே அவர் பாடல்களை இயற்றினர். அதுவே 'உமா மகேஸ்வர ஸ்தோத்திரம்' ஆகும்.

ஜகத்குரு

காஷ்மீரத்தில் அன்னை சாரதா தேவியின் கோயில் உள்ளது அங்கு ஒரு சர்வயக்ஞபீடம் இருக்கிறது. அனைத்தும் அறிந்த சர்வயக்ஞன் ஒருவரால் மட்டுமே அங்கு சென்று அமர முடியும்.

கோயிலின் நான்கு புறமும் நான்கு வாயில்கள் உண்டு. வடக்கு, மேற்கு, கிழக்கு ஆகிய திசைகளில் இருந்தும் அறிஞர்கள் பலர் வந்ததால் அந்த வாயில் கதவுகள் திறக்கப்பட்டிருந்தன.

ஆனால் தென் திசையில் இருந்து ஒருவரும் வராததால் தெற்குப் புற வாயில் மூடப்பட்டிருந்தது.

இதைக் கேள்விப்பட்ட ஆதிசங்கரர் தெற்கு வாயில் வழியாக கோயிலுக்குள் செல்ல வேண்டும் என்று நினைத்தார்.

தெற்கு வாயிலை அடைந்தார். அங்கே வெவ்வேறு மதங்களைச் சேர்ந்த அறிஞர்களும், பண்டிதர்களும், வல்லுநர்களும் ஏராளமாகக் குவிந்திருந்தனர்.

அவர்களோடு வாதம் புரிந்தார் சங்கரர்.

இறுதி வெற்றி வழக்கம்போல ஆதிசங்கரருக்கே கிடைத்தது. இதனையடுத்து தெற்குப் புற வாயில் கதவு திறக்கப்பட்டது. சீடர்

சிதிலமடைந்த நிலையில் சாரதா தேவி பீடம்

பத்மபாதருடன் உள்ளே நுழைந்தார். அங்கிருந்த சிம்மாசனத்தில் அமரப் போனார்.

அப்போது -

கல்விக் கடவுள் சரஸ்வதி தேவியில் குரல் கேட்டது.

'இந்த சிம்மாசனத்தில் அமர்வதற்கு சர்வயக்ஞராக இருந்தால் மட்டும் போதாது. சர்வசித்தி உடையவராகவும் இருக்க வேண்டும்' என்றார் சரஸ்வதி தேவி.

உடனே ஆதிசங்கரர், 'நான் பிறந்ததில் இருந்து ஒரு பாவத்தையும் அறியவில்லை. சுருக்கமாகச் சொன்னால் நான் ஒரு 'சர்வசுத்தன்' என்றார். அதை சற்று விளக்கமாகவும் எடுத்துரைத்தார்.

அதைக்கேட்ட சரஸ்வதி தேவி மகிழ்ந்தார். அந்த இருக்கையில் அமர அனுமதியளித்தார்.

ஆதிசங்கரரும் சந்தோஷமாக சர்வயக்ஞ பீடத்தில் ஏறி அமர்ந்தார்.

அன்று முதல் ‘ஜகத்குரு’ என்று போற்றப்பட்டார். ‘ஜகத்குரு ஆதிசங்கரர்’ என்றும் அழைக்கப்பட்டார்.

திருச்செந்தூர்

ஆதிசங்கரருடன் ஏற்பட்ட வாதங்களில் தோற்ற அபிநபகுப்தர் என்ற சித்தர் ஒருவர் கெடுதல் செய்யும் நோக்கத்தில் ஆதிசங்கரருக்கு செய்வினை, ஏவல், பில்லி, சூனியம் செய்தார். இதனால் சூலைநோய் உட்பட பல்வேறு நோய்கள் அவரைப் பீடித்தது.

மனமுடைந்த ஆதிசங்கரர் இறைவனை நாடி மனமுருகி வேண்டினார். இருந்தும் அவருக்கு நோய் குணமாகவில்லை. அவர் ஒவ்வொரு கோயிலாகச் சென்று சோர்ந்து போய் விட்டார்.

வட கர்நாடகாவில் உள்ள கோகர்ண திருத்தலத்தில் தங்கி வழிபாடு செய்து வந்தார்.

ஒரு நாள் இரவு, இறைவன் அவர் கனவில் தோன்றி, 'என் குமாரன் ஷண்முகன் குடியிருக்கும் புண்ணியத் தலமான ஜெயந்திபுரம் என்னும் திருச்செந்தூர் சென்று அவனைத் தரிசித்தால் உன் நோய் முற்றிலுமாக நீங்கப் பெறும்' என்று கூறினார்.

உடனே கண்விழித்துப் பார்த்தபோது சங்கரரின் அருகில் விபூதி இருந்தது.

அதையடுத்து கோகர்ணேஸ்வரர் ஆணைப்படி, திருச்செந்தூர் வந்தடைந்தார். கடலில் நீராடி, பின் இறைவன் சன்னதியில் மனமுருகி நின்றபோது, ஆதி சேஷனாகிய பாம்பு ஊர்ந்து ஊர்ந்து இறைவன் சன்னதியை அடைந்ததைக் கண்டார்.

அதே நேரம் அவருக்கும் இறைவன் தரிசனமும் கிட்டியது.

அவன் அருளாலே, மடை திறந்த வெள்ளம் போல அவர் திருவாயில் இருந்து ஸ்லோகங்கள் வெளிவந்தன.

வடமொழியில் பாம்பை புஜங்கம் என்பர். வடமொழி இலக்கணப்படி, புஜங்க விருத்தமாக அமைந்தன அந்தப் பாடல்கள்.

பாடி முடித்ததும் ஆதிசங்கரர் கையில் பன்னீர் இலை விபூதி பிரசாதம் வழங்கப்பட்டது. பிரசாதத்தை உடலில் பூசியதோடு வாயிலும் இட்டுக்கொண்டார்.

சில நாட்களிலேயே அவரைப் பீடித்திருந்த நோய்கள் அனைத்தும் நீங்கின.

அதன் பின்னர் ஆதிசங்கரர் திருச்செந்தூர் சுப்பிரமணிய சுவாமி மீது அதிகப் பற்று கொண்டு மனமுருகி 32 பாடல்கள் கொண்ட 'சுப்ரமணிய புஜங்க ஸ்லோகம்' பாடினார்.

கோயிலின் சிறப்பு, சுவாமியின் பெருமை போன்றவை குறித்து அந்தப் பாடல்கள் அனைத்தும் அமைந்திருந்தன. அதில் 25வது பாடலில் இலை விபூதியின் மகிமை பற்றிப் பெருமைபடப் பாடினார்.

பன்னீர் இலையில் விபூதியை வைத்துப் பிரசாதமாகப் பக்தர்களுக்கு இப்போதும் திருச்செந்தூர் கோயிலில் வழங்கப்பட்டு வருகிறது.

காஞ்சிபுரம்

காஞ்சிபுரம் வருகை தந்த ஜகத்குரு, அங்கு வரதராஜ பெருமாளைத் தரிசித்தார்.

ஹரி சரணாஷ்டகம், ப்ராத ஸ்மரண ஸ்தோத்திரம், ஸ்ரீவர மஹாகணபதி மந்திராக்ஷராவளி ஸ்தோத்திரம், ஸ்ரீ கணேச புஜங்கம். விஷ்ணு ஷட்பதி, ஸ்ரீலட்சுமி நரசிம்ம கருணாரஸ ஸ்தோத்திரம் ஆகியவற்றைப் பாடினர்.

காஞ்சியில் உள்ள ஏகாம்பரேஸ்வரரைத் தரிசித்தார். சிவபஞ்சாட்சர துதி பாடினார்.

காமாட்சி சன்னதியில் ஸ்ரீ சக்கரத்தை ஸ்தாபித்தார். சக்கரத்தைச் சுற்றியுள்ள அமைப்பில் உள்ள வசினி, காமேசி, மோதினி, விமலா, அருணா, ஜயினி, சர்வேஸ்வரி ஆகிய எட்டு தேவிகளை உடைய ஸ்ரீ சக்கரத்திற்கு அர்ச்சனைகள் செய்தார்.

காமாட்சியின் இடதுபுறச் சுவரின் வெளிப்புறத்தில் உள்ள அரூப லட்சுமியையும், வலது புறத்தில் உள்ள சொரூப லட்சுமியையும் வணங்கினார்.

காஞ்சீபுரத்திலும் சர்வக்ஞபீடம் ஏற்படுத்தினார். அறிஞர்கள் பலருடன் வாதிட்டார்.

பிரம்ம தேசத்தில் இருந்து வந்த சிறுவன் ஒருவனுடன் மூன்று நாட்கள் வாதிட்டார். அவனுக்கு சர்வக்ஞாத்மன் எனப் பெயரிட்டு தன் சீடராக்கிக் கொண்டார்.

பாரதத்தின் நான்கு பகுதியிலும் நான்கு பீடங்களை ஏற்படுத்திய சங்கரர் ஐந்தாவதாக காஞ்சியில் காமகோடி பீடத்தை ஏற்படுத்தி யோக சந்திரமௌலீஸ்வரர் லிங்கத்தை ஸ்தாபித்தார்.

அவருக்கு 32 வயது முடிந்து இறைவனுடன் இணையும் நாள் வந்தது.

ஒரு சுபயோக சுபதினத்தில் காஞ்சி காமகோடி பீடத்தின் பீடாதிபதியாக சுரேச்சுவரரை நியமித்தார் சங்கரர். சந்திரமௌலீசு வரரையும், திரிபுரசுந்தரியையும் பூஜை செய்ய சர்வக்ஞாதானரை நியமித்தார்.

வைகாசி மாதம் சுக்லபட்ச ஏகாதசி தினம்.

தன் சீடர்களையும் பக்தர்களையும் ஒன்றுகூட்டி சந்திரமௌலீ சுவரர் பூஜை செய்தார்.

தன் வாழ்நாள் முழுவதும் அருளிய தத்துவங்களை எளிய முறையில் ஐந்து பாடல்களாக 'ஸோபான பஞ்சகம்' பாடினார்.

ஈசனிடமிருந்து தான் பெற்ற ஐந்து ஸ்படிக லிங்கங்களில் மீதமிருந்த ஒன்றான மோட்ச லிங்கத்தை சிதம்பரத்தில் ஸ்தாபிக்க அனுப்பி வைத்தார்.

கடைசியாக காமேஸ்வரரையும் காமாட்சியையும் கண்டு இன்பமுற்று 'திரிபுரசுந்தரி வேதபாதஸ்தவம்' என்ற ஸ்தோத்திரம் பாடினார்.

காமேஸ்வரருக்குள் காமாட்சி கரைய தானும் ஒளிவடிவாகி அந்த ஜோதியில் மறைந்தார் ஜகத்குரு ஆதிசங்கரர்.

ஆனால் ஜகத்குரு கேதார்நாத்தில் உள்ள குகை ஒன்றுக்குள் ஆழ்நிலை தியானத்தில் அமர்ந்திருந்தபோது அங்கேயே பரமபதம் அடைந்தார் என்றும் கூறப்படுகிறது.

இமயமலையில் ஜோஷியில் மடம் ஒன்றைக் கட்டினார். பத்ரிநாத் ஆலயத்தையும் அவர் கட்டி முடித்த பிறகு கி.பி. 820ஆம் ஆண்டில் கேதார்நாத் மலை உச்சிக்குச் சென்று நிஷ்டையில் அமர்ந்து அப்படியே சிவனோடு ஐக்கியமாகி இரண்டறக் கலந்து விட்டார் என்று சொல்லப்படுகிறது

துறவற நெறி தழைக்கவும், வேத மகா வாக்கியங்களின் உண்மை பிரகாசிக்கவும், தமது சீடர்களான ஹஸ்தாமலகர், சுரேஸ் வரர், பத்மபாதர், தோடகர் ஆகியோர்களை பீடாதிபதிகளாக்கி தெற்கில் சிருங்கேரி சாரதா பீடமும், மேற்கில் துவாரகையில் துவாரகா பீடமும், வடக்கில் ஜோஷி மடமும், கிழக்கில் பூரியில் கோவர்த்தன பீடமும் நிறுவினார்.

மேலும் தீர்த்தர், ஆசிரமம், வனம், ஆரண்யர், கிரி, பர்வதம், சாகரம், புரி, பாரதி, சரஸ்வதி ஆகிய பெயர்களை உள்ளடக்கிய அத்வைத வேதாந்த சந்நியாச பரம்பரையை ஏற்படுத்தினார்.

துவாரகை மடாதிபதிகள் தீர்த்தர், ஆசிரமம் ஆகிய இரு பெயர்களில் ஒன்றையும், கோவர்த்தன மடாதிபதிகள் வனம், ஆரண்யம் என்ற இரு பெயர்களில் ஒன்றையும், ஜோஷி மடாதிபதி கள் கிரி, பர்வதம், சாகரம் என்ற மூன்று பெயர்களில் ஒன்றையும், சிருங்கேரி சாரதா பீடாதிபதிகள் புரி, பாரதி, சரஸ்வதி என்னும் பெயர்களில் ஒன்றையும் தங்கள் சந்நியாசப் பெயர்களோடு இணைந்திருப்பார்கள்.

4

நான்கு பீடங்கள்

பரந்து விரிந்த புண்ணிய பூமியாம் பாரதம் முழுவதும் மூன்று முறை கால்நடையாகவே பயணித்து 'அத்வைதம்' பரப்பியவர் ஜகத்குரு ஆதிசங்கரர்.

நிறைய மக்களைச் சந்தித்துள்ளார். நிறைய அறிஞர்களோடும், பண்டிதர்களோடும் திறமை யாக வாதங்கள் புரிந்துள்ளார். வாதங்களில் வெற்றிபெற்று அவர்களைத் தமது சீடர்களாகவும் மாற்றிக் கொண்டுள்ளார்.

ஏறத்தாழ 6 ஆயிரம் சீடர்களைக் கொண்ட ஆதிசங்கரர், அவர்களோடுதான் பாரதப் பயணம் செய்து இந்து மதத்தை மறுமலர்ச்சி அடையச் செய்தார். அழியும் தறுவாயில் இருந்த இந்து சமயத்தைக் காப்பாற்றிய பெருமை ஆதிசங்க ரருக்கு மட்டுமே உண்டு.

சமயப் பணியில் ஒரு பகுதியாக நான்கு மடங்களை அவர் நிர்மாணித்தது குறிப்பிடத்தக்கது.

அவருடைய நேரடி சீடர்களான ஹஸ்தாமாலகர், தோடாகாச்சாரியார், சுரேஸ்வராச்சாரியார், பத்மபாதர் ஆகிய நால்வரும் அவருக்கு உதவியாக இருந்தார்கள்.

ஆனால் அவர்களுக்குப் பின் வந்தவர்கள் சங்கராச்சாரியார் போல சுற்றிச் சுழன்று பல மக்களையும் சந்தித்து ஆதிசங்கரரின் கோட்பாட்டை அனைவரும் அறியச் செய்தார்களா என்பது கேள்விக்குறியாகத்தான்.

ஜகத்குரு நிறுவிய நான்கு மடங்களைப் பற்றி நாம் சற்று விரிவாகப் பார்க்கலாம்.

1. கோவர்த்தன மடம்.
2. சிருங்கேரி மடம்.
3. காளிகா மடம். (துவாரகை மடம்)
4. ஜோஷி மடம்.

கோவர்த்தன மடம்

பாரதத்தின் கிழக்குப் பகுதியில் ஒடிசா மாநிலம் பூரி என்னும் நகரில் அமைந்துள்ளது. இங்கு மகாநதி ஓடிக் கொண்டிருக்கிறது. ரிக் வேதத்தை முதன்மைப் படுத்துவதற்காக அமைக்கப்பட்ட இந்த மடத்தின் முதல் பீடாதிபதி ஜகத்குருவின் நான்கு சீடர்களில் ஒருவரான பத்மபாத ஆச்சாரியா. இதன் மகாவாக்கியம் ப்ரக் ஞானம் பிரம்மம்.

இது பொதுவாக ‘போகோ வர்த்தன் மடம்’ என்று அழைக்கப் படுகிறது. பல்வேறு குழுக்களைச் சேர்ந்த சன்னியாசிகளை ஒன்றிணைக்கும் பொருட்டு ஆதி சங்கரரால் 8 ஆம் நூற்றாண்டில் நிறுவப்பட்ட நான்கு தலைமை மடங்களுள் ஒன்றாகும்.

பூரி நகரின் மத்தியில் அமைந்துள்ள இந்த மடாலயம் ஜகன்னாதர் கோயிலுடன் வரலாற்று ரீதியிலான தொடர்புகளைக் கொண்டுள்ளது. இங்கு வருகை தரும் பக்தர்கள் ஆன்மீகம் மற்றும் பற்றற்ற வாழ்வின் தாத்பர்யத்தை நன்கு உணரலாம்.

ஒரு வேதபாட சாலை, ஒரு யோகா பள்ளி, விளையாட்டு வீரர்களுக்குப் பயிற்சியளிக்கும் வியாயாம ஷாலா, யாத்ரீகர்கள் மட்டுமின்றி பூரியிலேயே வாழும் உள்ளூர்வாசிகளுக்கும் இலவச

கோவர்த்தன மடம்

மருத்துவ சிகிச்சையளிக்கும் ஒரு மருத்துவ நிலையம் மற்றும் சுமார் எழுபது பசுக்களின் உறைவிடமாகத் திகழும் ஒரு மாட்டுத் தொழுவமும் இம்மடாலயத்தின் நவீன காலச் செயல்பாடுகளாக விளங்குகிறது.

காஞ்சி மடத்தைப் போல பரபரப்பாக இல்லாமல் ஆள் நடமாட்டம் ஏதும் இல்லாமல் காணப்படுகிறது. தற்போதைய பீடாதிபதி சுவாமி நிச்சாலனந்த சங்கராச்சாரிய சரஸ்வதி ஆவார்.

துவாரகை மடம்

பாரதத்தின் மேற்குப் பகுதியில் குஜராத் மாநிலம் துவாரகை என்னும் நகரில் அமைந்துள்ளது. இங்கு கோமதி நதி ஓடிக் கொண்டிருக்கிறது.

சாம வேதத்தை முதன்மைப்படுத்துவதற்காக அமைக்கப்பட்ட இந்த மடத்தின் முதல் பீடாதிபதி ஜகத்குருவின் நான்கு சீடர்களில் ஒருவரான ஹஸ்தாமாலகர். இதன் மகாவாக்கியம் தத்துவம் அசி.

108 வைணவத் திருத்தலங்களில் ஒன்றான துவாரகையில் கி.பி. 8ஆம் நூற்றாண்டில் ஜகத்குரு ஆதிசங்கரரால் இந்த மடம் துவங்கப் பட்டது.

கிருஷ்ணர் மதுராவை ஆட்சிபுரிந்த காலத்தில் ஜராசந்தன் என்பவன் அதன்மீது பதினெட்டு முறை படையெடுத்தான்.

கடைசிப் போர் நடப்பதற்கு முன்பாக காலயவனன் என்னும் தீயவன் ஒரு உண்மையை அறிந்தான். அதாவது யாதவ குலத்தைச் சேர்ந்தவர்களும் தன்னைப் போன்று பெரும் பலம் மிக்கவர்கள் என்ற உண்மையை நாரதர் மூலமாக அறிந்தான்.

எனவே தனது படைபலத்தை மூன்று கோடியாக அதிகரித்துக் கொண்டு கடைசி படையெடுப்பை நிகழ்த்தினான்.

அப்போது கடலின் நடுவே 120 மைல் அளவுள்ள மிகப் பெரிய அரண் ஒன்றை அமைத்தார் கிருஷ்ணர். பின்னர் அங்கு துவாரகை நகரை நிர்மாணித்தார்.

மதுராவில் இருந்து மக்கள் அனைவரையும் துவாரகையில் கொண்டுவந்து சேர்த்து அவர்களைப் பாதுகாத்தார்.

துவாரகாநாதர் கோயில் வளாகத்தில் இந்த மடம் அமைந்துள் ளது. இதன் சுவர்களில் சங்கராச்சாரியாரின் வாழ்க்கையை விவரிக்கும் சுவரோவியங்கள் காணப்படுகின்றன.

மட்டுமல்லாமல் இதன் உட்புற மாடக்கூரைகளில் சிவபெரு மானின் உருவங்கள் பொறிக்கப்பட்டிருக்கின்றன.

இந்தப் புண்ணிய பூமியில் சாரதா தேவி மற்றும் சந்திர மௌலீஸ்வரர் கோயில்களும் அமைந்துள்ளன.

ஒரு கல்வி அறக்கட்டளை, கலைக்கல்லூரி மற்றும் சமஸ்கிருத பயிற்சிக் கல்லூரி ஆகியவற்றை இந்த மடம் நடத்தி வருகிறது.

துவாரகை மடம்

ஜோஷி மடம்

பாரதத்தின் வடக்குப் பகுதியில் உத்தரகாண்டம் மாநிலம் பத்ரிநாத் என்னும் புண்ணிய நகரில் அமைந்துள்ளது.

அதர்வண வேதத்தை முதன்மைப்படுத்துவதற்காக அமைக்கப்பட்ட இந்த மடத்தின் முதல் பீடாதிபதி ஜகத்குருவின் நான்கு சீடர்களில் ஒருவரான தோடாகாச்சாரியார்.

இதன் மகாவாக்கியம் அயம் ஆத்மா பிரம்மம்.

ஜோதிர் மடம் என்றும் அழைக்கப்படும் இந்த மடம் இமய மலையில் 6 ஆயிரத்து 150 அடி உயரத்தில் அமைந்துள்ளது.

பத்ரிநாத் கோயிலுக்குப் புனித யாத்திரை மேற்கொள்பவர்களுக்கு நுழை வாயிலாக அமைந்துள்ளது ஜோஷி மடம்.

இந்த மடத்தில் குடிகொண்டுள்ள பிரதான இறைவன் நரசிம்மர் ஆவார்.

இங்குள்ள புனிதக் குகையில் ஆதிசங்கரர் தவமியற்றியதாகக் கருதப்படுகிறது.

பத்ரிநாத் கோயில், சங்கரர் நிறுவிய ஜோஷி மடத்தின் நிர்வாகத்தின் கீழ் உள்ளது.

பனிக்காலத்தில் பத்ரிநாத் கோயில் மூடப்படும்போது, கோயிலில் உள்ள முக்கியக் கடவுள் சிலைகளை ஜோஷி மடத்தில் உள்ள நரசிம்மர் கோயிலினுள் வைத்து வழிபடுவது வழக்கம்.

ஜோஷி மடத்தில் இருந்து பத்து கிலோ மீட்டர் தொலைவில் தபோவனம் எனும் அமைதியான இடம் அமைந்துள்ளது.

இங்கு இயற்கையாக அமைந்த வெந்நீர் ஊற்றில் நீராடுவது புனிதமானது எனறு நம்பப்படுகிறது.

தௌலி கங்கை என்னும் ஆறு அமைதியாக இவ்விடத்தைக் கடக்கிறது.

அழகிய பவானி கோயில் ஜோஷி மடத்தில் இருந்து ஆறு கிலோ மீட்டர் தொலைவில், ரிஷிகேஷ் நெடுஞ்சாலையில் அமைந்துள்ளது.

இந்த மடத்தில் இருந்து 44 கிலோ மீட்டர் தொலைவில் ஸ்ரீகிருஷ்ணரின் பத்ரிநாத் கோயில் அமைந்துள்ளது.

ஜோஷி மடம்

சிருங்கேரி சாரதா மடம்

பாரதத்தின் தெற்குப் பகுதியில் கர்நாடக மாநிலம் சிருங்கேரி என்னும் இடத்தில் அமைந்துள்ளது. யஜுர் வேதத்தை முதன்மைப் படுத்துவதற்காக அமைக்கப்பட்ட இந்த மடத்தின் முதல் பீடாதிபதி ஜகத்குருவின் நான்கு சீடர்களில் ஒருவரான சுரேஸ்வராச்சாரியார். இதன் மகாவாக்கியம் அகம் பிரம்மாஸ்மி. புனித நதியான துங்கபத்திரா நதிக்கரையில் சிருங்கேரி அமைந்துள்ளது.

ஜகத்குரு ஆதி சங்கரர் தென் நாட்டு யாத்திரையை மேற்கொண்டிருந்தார். அப்போது சிருங்கேரி அருகில் துங்கா நதிக்கரையில் அமர்ந்திருந்த அவர் அந்த நதிக் கரையில் ஒரு நாகமும் தவளையும் இருந்ததைக் கண்டார்.

அந்த நேரத்தில் அற்புதம் ஒன்று நிகழ்ந்தது.

கர்ப்பிணித் தவளை ஒன்று ஒரு குஞ்சை பிரசவித்து இருந்தது. கடுமையான வெயிலினால் தாய் தவளையும் அதன் குஞ்சுத் தவளையும் தவிப்பதைக் கண்ட நாகம் ஓடோடிச் சென்று அவற்றின் மீது வெயில் படாமல் இருக்குமாறு குடை போல தன் தலையை விரித்து படமெடுத்து நின்றது.

சற்று நேரம் கழிந்ததும் அந்த தவளையும் நாகமும் அங்கிருந்து சென்று விட்டன.

தவளையைக் கண்டால் அதைப் பிடித்து விழுங்கி விடும் நாகம் அதற்குக் குடை பிடித்து நின்ற இடம் தெய்வீகம் நிறைந்த இடமாக இருக்க வேண்டும் என்று நினைத்தார் ஆதிசங்கரர்.

சற்று நேரம் தியானத்தில் ஆழ்ந்த அவர், தமது ஞான திருஷ்டியினால் அந்த இடத்தில்தான் மாமுனிவரான ரிஷ்ய சிருங்கரின் ஆத்மா பல்லாயிரம் வருடங்கள் ஆன பின்னும் அங் கேயே உறுதியாக இருந்து கொண்டிருப்பதைக் கண்டார்.

விபாண்டகர் மற்றும் அவரது மகன் ரிஷ்யசிருங்கரின் இருப் பிடமாக இருந்துள்ளது என்று ராமாயணத்தின் பாலகாண்டத்தில் கூறப்பட்டுள்ளது குறிப்பிடத்தக்கது.

அந்த அருள் ஒளியினால் அங்கு தெய்வீகம் நிறைந்துள்ளதைக் கண்டு தென் திசையில் தாம் தவமிருந்து மடத்தை நிறுவ சரியான இடம் அதுவே என்பதையும் உணர்ந்தார். பன்னிரெண்டு ஆண்டுகள் அங்கேயே தவமும் இருந்தார்.

பின்னர் அந்த இடத்தில் ஒரு சங்கர மடத்தையும் நிறுவினார். இப்படித்தான் சங்கர மடங்களில் ஒன்றாக சிருங்கேரி மடமும் ஆதி சங்கரரால் நிறுவப்பட்டது.

அந்த மடத்தின் முதல் பீடாதிபதியாக நியமிக்கப்பட்ட சுரேஸ்வராச்சாரியார். அபார ஞானம், தூய பக்தி மற்றும் நிறைய நற்குணங்களைக் கொண்டிருந்த சுரேஸ்வராச்சாரியாரின் மனைவியான பாரதி மீது ஆதி சங்கரர் மட்டற்ற மரியாதையும் நல்லெண்ணமும் கொண்டிருந்தார்.

சீடரின் மனைவி சாயா ரூபமாகத் தன் சலங்கை ஒலிக்க ஆதிசங்கரரைப் பின் தொடர்ந்து வருகிறார். இந்தப் பகுதிக்கு வந்தவுடன் சங்கரரின் மனம் அதன் இயற்கை அழகிலும் அமைதியிலும் புனிதத்திலும் தோய்ந்து ததும்பி நிற்கிறது.

அப்போது கண்கள் மூடி, 'நீ இங்கேயே உறைந்து மக்களுக்கு அருள் பாலிக்க வேண்டும்' என்று அன்னை சரஸ்வதியை வேண்டிக் கொள்கிறார்.

உடனே சலங்கை ஒலி நின்று விடுகிறது.

சாரதாம்பாள் அங்கு நிரந்தரமாகக் குடி கொள்கிறார். அவரது சீடர்களின் பரம்பரையினர் மூலம் மடம் உருவெடுத்து அங்கே சங்கர வேதாந்தமும் சக்தி வழிபாடும் செழித்து வளர்கின்றன.

அந்த மேன்மையான குரு பரம்பரையை வெளிப்படுத்தும் விதமாகவே எட்டாம் நூற்றாண்டு முதல் இன்றளவும் சிருங்கேரி மடத்தின் குருமார்கள் தமது பெயரில் 'பாரதி தீர்த்த' எனும் பட்டதை சூட்டிக் கொள்வது வழக்கமாக அமைந்தது .

இந்த மடம் சிருங்கேரி சாரதா பீடம் என்றழைக்கப்படுகிறது. எழில்மிகு இயற்கை அழகுடன் இருக்கும் மலைநாடு தான் இந்த சிருங்கேரி. சாரதா மடம் ஸ்மார்தா பிராமணர்களின் கலாச்சாரத் தின் மையமாகத் திகழ்கிறது.

ரிஷ்யசிருங்க கிரி என்ற பெயரில் இருந்து சிருங்கேரி என்ற பெயர் வந்தது.

இங்கு. கல்வியின் அதிபதி சரஸ்வதி தேவி கோயில் உள்ளது. இவர் இங்கே சாரதாம்பாள் என்று அழைக்கப்படுகிறார்.

இக்கோயில் மட்டுமல்லாமல் மற்றொரு கலை அம்சமாக சிவன் கோயிலும் இங்கே சிறப்புப் பெற்று விளங்குகிறது. சிவன், வித்ய சங்கரா என்ற பெயரில் எழுந்தருளுளி உள்ளார்.

சாரதாம்பாள் கோயில் கி.பி. 8 ஆம் நூற்றாண்டில் ஆதி சங்கரரால் கட்டப்பட்டது. சந்தன மரக்கட்டையால் ஆன நிற்கின்ற வடிவத்தில் கடவுள் சிலை வைக்கப்பட்டு வழிபாடு செய்யப்பட்டது.

கி.பி. 14 ஆம் நூற்றாண்டில் இருந்து தங்கத்தாலான சரஸ்வதி சிலை வைக்கப்பட்டு இன்று வரை வழிபடப்பட்டு வருகிறது.

சிருங்கேரி சாரதா மடம்

அதேபோல் சிவன் கோயிலில் உள்ள ஸ்படிகக் கற்களால் ஆன மிகவும் பழமை வாய்ந்த சிவலிங்கம் சிவபெருமானாலேயே ஆதிசங்கரருக்கு வழங்கி அருள் புரிந்தது என்று கூறப்படுகிறது.

அப்போது சிருங்கேரி விஜயநகரப் பேரரசுடன் தொடர்பு கொண்டது. இந்த மடத்தின் பன்னிரெண்டாவது சங்கராச்சாரியார் வித்யாரண்யர். இவர் மாபெரும் ஞானியாகவும் அறிஞராகவும் ராஜரிஷியாகவும் வாழ்ந்தவர். அவரது அருளாசியுடன் தான் ஹரிஹரர், புக்கர் சகோதரர்கள் தங்கள் தலைநகரையும் அரசையும் ஸ்தாபித்தனர்.

வித்யாரண்யர் மீதான குருபக்தியின் சின்னமாக புக்கராயர் சிருங்கேரியில் வித்யா சங்கரர் ஆலயத்தை நிர்மாணிக்கிறார். வித்யாரண்ய தீர்த்தரின் சமாதி மீது சிவலிங்கம் பிரதிஷ்டை செய்து இக்கோயில் கட்டப்பட்டுள்ளது.

இக் கோயிலின் அமைப்பு திராவிட ஹொய்சாள கலைப் பாணிகளின் கலவையாக உள்ளது. இதன் நீள்வட்ட வடிவமும், விமானத்தின் அமைப்பும் தனித்துவம் மிக்கவை.

சுற்றுச் சுவர்களில் சிவன், விஷ்ணு, தேவி மற்றும் பல தெய்வ மூர்த்தங்களின் அழகிய திருவுருவங்கள் அமைந்துள்ளன.

கோயிலுக்குள் மகாமண்டபத்தில் பன்னிரெண்டு ராசிகளைக் குறிக்கும் பன்னிரண்டு தூண்கள் உள்ளன. ஒவ்வொரு நாளும் காலையில் அன்றைய ராசியைக் குறிக்கும் தூண் மீது சூரிய ஒளி நேரடியாக விழுமாறு நேர்த்தியாக இத்தூண்கள் அமைக்கப் பட்டுள்ளன.

அருகிலேயே உள்ள சாரதாம்பாள் கோயில் கடந்த இருநூறு ஆண்டுகளில் தமிழக ஸ்தபதிகளின் கைவண்ணத்தில் முழுமையான திராவிட பாணி கோயிலாக அழகாகக் கட்டப்பட்டுள்ளது.

கருவறையில் பொன்னொளி வீசும் அன்னை சாரதையின் திவ்ய தரிசனம் கிடைக்கிறது.

சாரதா பீடம் இந்தப் பகுதியில் பல சிறப்பான கல்வி, மருத்துவ, சமுதாய மேம்பாட்டுச் சேவைகளையும் செய்து வருகிறது என்பதை கோயிலில் உள்ள விளம்பரப் பலகைகள் தெரிவிக்கின்றன.

துங்கபத்ரா நதிப் படித்துறை நீண்ட படிகளுடன் அழகாக இருக்கிறது. இந்தப் படித்துறையில் மீன் கூட்டங்கள் வருவதால் நீராட முடியாது.

5

காஞ்சி சங்கர மடம்

தமிழகத்தின் காஞ்சிபுரத்தில் அமைந்துள் ளது காஞ்சி சங்கர மடம். காஞ்சி காமகோடி பீடம் என்றும் அழைக்கப்படும் இந்த மடம் ஜகத்குரு ஆதிசங்கரரால் அமைக்கப்பட்டது என்று கூறப்படுகிறது. ஆனால் சிருங்கேரி மடத்தின் கிளைதான் சங்கர மடம் என்று எதிர் வாதமும் முன்வைக்கப்படுகிறது.

ஆனால் ஒரு முக்கிய அம்சத்தை நாம் இங்கே குறிப்பிட்டே ஆக வேண்டும். அதாவது ஆதிசங்கரரால் நிர்மாணிக்கப்பட்ட நான்கு மடங்களிலும் உள்ள தலைவர்களைப் போலவே காஞ்சி சங்கர மடத்தின் தலைவரும் 'சங்கராச் சாரியார்' என்ற பட்டத்துடன் அழைக்கப் படுகிறார்.

எனவே காஞ்சி சங்கர மடம் ஏதோ ஒருவகையில் ஆதிசங்கரர் நிர்மாணித்த மடங்களுடன் ஒத்துப்போகிறது என்பது மறுக்க முடியாத உண்மை.

ஆனால் காஞ்சி மடம் கும்பகோணத்தில் கி.பி. 18ஆம் நூற்றாண்டில் இருந்தது. அப்போதுதான் அது பரவலாக அனைவராலும் அறியப்பட்டது. தென் பகுதியில் அமைந்துள்ள இந்து மடங்களில் மிக முக்கியமான, சிறப்புவாய்ந்த மடமாகக் காஞ்சி மடம் திகழ்ந்து வருவது உண்மையிலும் உண்மை.

காஞ்சி காமகோடி பீடத்தின் கருத்துப்படி ஆதிசங்கரர் இந்த மடத்தை நிறுவியதாகவும், கி.மு. 5ஆம் நூற்றாண்டில் இருந்து இந்த மடம் செயல்பட்டு வருவதாகவும் அறியப்படுகிறது.

தற்போது விஜயேந்திர சரஸ்வதி சுவாமி இதன் எழுபதாவது பீடாதிபதியாகப் பதவி வகிக்கிறார்.

ஆதி சங்கரர் காஞ்சிக்கு வந்திருந்த போது சர்வக்ஞா பீடம் என்று இந்த மடம் நிறுவப்பட்டதாகவும் இங்கு முக்தி அடைந்ததாகவும் காஞ்சி சங்கர மடம் உறுதியாகக் கூறுகிறது.

ஆனால் வேறு பலர் ஆதிசங்கரரின் இறப்பு இமாலயத்தில் கேதார்நாத் என்னும் புனிதத் தலத்தில் நிகழ்ந்ததாகக் குறிப்பிடுகின்றனர்.

இந்த மடம் கி.பி. 18ஆம் நாற்றாண்டில் கும்பகோணத்தில் சிருங்கேரி மடத்தின் கிளையாக நிறுவப்பட்டு தன்னிச்சையாகச் செயல்படத் தொடங்கியது என்ற கருத்தும் முன்வைக்கப்படுகிறது.

கும்பகோணத்தில் இருந்தபோது அந்த மடத்தின் தலைவர் களாக இருந்தவர்கள் காஞ்சி காமாட்சி கோயிலின் நிர்வாகத்தைத் தங்கள் வசப்படுத்திக் கொள்ளவே அந்த மடத்தை 1842 மற்றும் 1863ஆம் ஆண்டுக்கு இடைப்பட்ட காலத்தில் காஞ்சிக்கு இடம் பெயர்ந்தனர் என்றும், இதுவே காஞ்சி மடத்தின் துவக்க காலம் என்றும் சிலர் கூறுகின்றனர்.

இதுகுறித்து காஞ்சி மடம் என்ன கூறுகிறது தெரியுமா?

ஹைதர் அலியின் படையெடுப்பு காரணமாகவே கும்ப கோணத்தில் இருந்து காஞ்சிக்கு இடம் பெயர்ந்தது என்கிறது காஞ்சி சங்கர மடம்.

ஆனாலும் தங்கள் மடம் ஆதிசங்கரரால் தோற்றுவிக்கப் பட்டது என்பதிலும் அவர்கள் உறுதியாக இருக்கிறார்கள்.

2 ஆயிரத்து 500 ஆண்டுகளுக்கு முன்பு காஞ்சிக்கு ஆதிசங்கரர் வந்தது குறித்த கல்வெட்டுக்கள் காஞ்சியைச் சுற்றியுள்ள கோயில்களில் காணப்படுகின்றன என்கிறார்கள்.

மட்டுமல்லாமல் தொல்லியல்துறை வசம் இதற்கான சான்றுகள் இருப்பதாகவும் கூறுகின்றனர்.

அகில பாரதம் முழுவதும் யாத்திரை சென்ற ஆதிசங்கரர், நான்கு திசைகளிலும் நான்கு மடங்களை நிறுவினார். அதாவது நான்கு வேதங்களையும் இந்த மடங்கள் பரப்புவதுதான் அவரது முக்கிய நோக்கமாக இருந்தது.

எனினும் காஞ்சியில் வந்து தங்கியிருந்தபோது கடைசியாக காஞ்சி மடத்தை அவர் நிறுவி, அங்கேயே சமாதியாகிவிட்டார் என்பதுதான் காஞ்சி மடத்தின் உறுதியான கூற்று.

சுரேஸ்வரர்

காஞ்சி மடத்தின் முதல் மடாதிபதியாக இருந்தவர் சுரேஸ்வரர் என்பது காஞ்சி சங்கர மடத்தின் மடாதிபதிகள் பட்டியலில் தெளிவாகவே குறிப்பிடப்பட்டுள்ளது.

இந்த நேரத்தில் நாம் இன்னொன்றையும் கவனிக்க வேண்டிய நிலைக்கு ஆளாகிறோம். அதாவது இதே சுரேஸ்வரர்தான் சிருங்கேரி சாரதா பீடத்தின் முதல் மடாதிபதி என்பது ஆதிசங்கர ரின் வரலாற்றில் இருந்து நம்மால் அறிந்துகொள்ள முடிகிறது.

இவ்வாறு காஞ்சி மற்றும் சிருங்கேரி ஆகிய இரண்டு மடங்களுக்கும் ஒரேயொருவர் மடாதிபதியாக நியமிக்கப்பட்டதால் சிருங்கேரி மடத்தின் கிளையாக காஞ்சி மடம் இருக்க வாய்ப்புகள் இருப்பதாக ஒரு சாரார் குறிப்பிடுகின்றனர்.

காஞ்சி சங்கர மடம் வெளியிட்டுள்ள வரலாற்றில் இருந்து கி.மு. 509 ஆண்டு ஆதிசங்கரர் காலடியில் பிறந்தார் என்றும், தமது இறுதிக் காலத்தை அவர் காஞ்சியில் கழித்தார் என்றும் காணப்படுகிறது.

காஞ்சி சங்கர மடத்தை கி.மு. 482ஆம் ஆண்டு ஆதிசங்கரர் தோற்றுவித்ததாகவும் அதன் குறிப்பில் தெரிவிக்கப்பட்டுள்ளது.

ஆதிசங்கரர் மறைவிற்குப் பிறகு அவர் வழிவந்தவர்கள் காஞ்சி மடத்தின் மடாதிபதிகளாக இருந்து மடத்தை வழிநடத்திச் சென்றார்கள்.

காஞ்சி மடத்தின் 62வது பீடாதிபதியாக சந்திரசேகரேந்திரர் பதவி வகித்தார். கி.பி. 1746 முதல் 1781ஆம் ஆண்டு வரை இவர் மடாதிபதியாக இருந்துள்ளார்.

அந்தக் காலக்கட்டத்தில் காஞ்சியில் இருந்த அரசியல் சூழல் காரணமாக தமிழகத்தின் தென்பகுதிக்கு மடம் இடம்பெயர்ந்தே ஆக வேண்டிய நிலை ஏற்பட்டது.

அதாவது இராமநாதபுரம், திருவனந்தபுரம், புதுக்கோட்டை, உடையார்பாளையம் ஆகிய இடங்களில் காஞ்சி மடம் தற்காலிகமாகச் செயல்பட்டது.

கி.பி. 1760ஆம் ஆண்டு தஞ்சையை ஆட்சி செய்த மன்னர் ராஜா பிரதாப சிம்மனின் வேண்டுகோளை ஏற்று மடம் தஞ்சைக்கு இடம் பெயர்ந்தது.

ஒரு வருடத்திற்குப் பிறகு கும்பகோணத்தில் காவிரிக் கரையில் புதிய கட்டிடம் கட்டப்பட்டு காஞ்சி மடம் அங்கு மாற்றப்பட்டது.

இங்குதான் காஞ்சி சங்கர மடத்தின் 62, 63 மற்றும் 64வது மடாதிபதிகள் முக்தியடைந்தனர்.

இவ்வாறு ஏறத்தாழ நூறு ஆண்டுகள் வரை கும்பகோணத்தில் இருந்த மடம் பின்னர் காஞ்சிக்கு இடம்பெயர்ந்தது என்கிறது காஞ்சி மடத்தின் வரலாற்றுத் தகவல்கள்.

ஆனால் காஞ்சி மடத்தின் தகவல்களுக்கும், பிற நான்கு மடங்களின் செய்திகளுக்கும் மிகுந்த வேறுபாடு காணப்படுகிறது. அதாவது சிருங்கேரி சாரதா பீடத்தில் ஆதிசங்கரர் அவதரித்த காலம் கி.பி. 8ஆம் நூற்றாண்டு என்று தகவல் காணப்படுகிறது. அதாவது கி.பி. 788ஆம் ஆண்டு கேரளாவின் காலடி என்னும் சிற்றூரில் அவர் பிறந்தார் என்கிறது சிருங்கேரி மடம்.

கிழக்கே பூரியில் உள்ள கோவர்த்தன மடமும், தெற்கே சிருங்கேரியில் உள்ள சிருங்கேரி மடமும், மேற்கே துவாரகையில் உள்ள காளிகா மடமும், வடக்கே பத்ரிநாத்தில் உள்ள ஜோஷி மடமும் ஆதிசங்கரரால் நிர்ணயிக்கப்பட்டன.

இதில் ஒவ்வொரு மடமும் ஒவ்வொரு வேதத்தை பிரதிநிதித்துவம் செய்கின்றன என்பதுதான் ஆதிசங்கரரின் வரலாற்றில் காணப்படும் தகவல்.

இந்த நான்கு மடங்களின் வரலாற்றில் காஞ்சி சங்கர மடத்தைப் பற்றிய குறிப்புகள் எதுவுமே இல்லை என்பதையும் நாம் கருத்தில் கொள்ள வேண்டி இருக்கிறது.

இந்தத் தகவலை உறுதிப்படுத்துகிற மாதிரி சங்கர மடத்தைப் பற்றித் தீவிர விமர்சனம் செய்பவர்கள் வேறு மாதிரியாக ஒரு விஷயத்தை முன்வைக்கின்றனர்.

சிருங்கேரி மடத்தின் கிளை ஒன்று 1821ஆம் ஆண்டு கும்பகோணத்தில் துவங்கப்பட்டதாகவும், விரைவிலேயே அது சிருங்கேரி மடத்தில் இருந்து தனித்து இயங்குவதாக அறிவித்துக் கொண்டதாகவும் கூறுகின்றனர். இந்த மடம்தான், 1839ஆம் ஆண்டு காஞ்சிபுரத்திற்கு இடம்பெயர்ந்து, தங்களின் தலைமைப் பீடமாக அதனை அறிவித்துக் கொண்டது என்றும் கூறப்படுகிறது.

ஆதிசங்கரரைப் பற்றிய வரலாற்றுத் தகவல்கள் ஏராளமாகக் காணப்படுகின்றன. அவற்றில் பெரும்பாலான தகவல்களில் அவரது இறுதிக்காலம் பற்றி ஒரே மாதிரியாகவே கூறப்பட்டுள்ளன.

அவர் தன் 32வது வயதில், தன் நான்கு சீடர்களுடன்

பத்ரிநாத்தில் இருந்து இமயமலைக்குப் பயணம் மேற்கொண்டார். கேதார்நாத் அருகே வந்தவுடன், தன் சீடர்களை இனிமேல் யாரும் தன்னைப் பின்தொடர வேண்டாம் என்று கூறிவிட்டு அவர் மட்டுமே தனது பயணத்தைத் தொடர்ந்தார். முக்தியும் அடைந்தார்.

இந்தத் தகவலை ஆதிசங்கரரால் நிறுவப்பட்ட நான்கு மடங்களும் ஒரே மாதிரியாக ஆமோதிக்கின்றன.

ஆனால் காஞ்சியில்தான் அவர் முக்தி அடைந்ததாக காஞ்சி சங்கர மடம் உறுதியாகவே கூறுகிறது.

ஆதிசங்கரர் முக்தி அடைவதற்கு முன்பாகத் தமது சீடரான சுரேஸ்வரரை அழைத்து, இதுவே நான்கு மடங்களுக்கும் தலைமை பீடம் என்றும், இதைக் கவனமாகப் பார்த்துக் கொள்ள வேண்டும் என்றும் கூறிவிட்டுத்தான் மரணத்தைத் தழுவினார்.

இதற்கான ஆதாரபூர்வ குறிப்புகளை காஞ்சி சங்கர மடம் தன் வசம் வைத்துள்ளது.

ஆனால் இதை ஏற்றுக்கொள்ள பிற நான்கு மடமும் மறுத்து வருகின்றன. ஏனென்றால் காஞ்சி மடம் காண்பிக்கும் ஆதாரங்கள் அவர்களால் திருத்தி எழுதப்பட்டுள்ளதாக அந்த நான்கு மடங்களும் குற்றம் சாட்டுகின்றன.

இன்னும் ஒரு விஷயத்தையும் நாம் கவனிக்க வேண்டும். அதாவது அந்த நான்கு மடத்தின் மடாதிபதிகளும் தங்களுக்குள் நல்ல ஒருங்கிணைப்பையும், நட்பையும், கருத்துப் பரிமாற்றங்களை யும் இப்போதும் வைத்துக் கொண்டிருக்கிறார்கள்.

ஆனால் காஞ்சி சங்கர மடம் மட்டும் அவர்களோடு சேராமல் தனித்தே செயல்பட்டு வருகிறது.

இதற்கான உண்மைக் காரணம் தெரியவில்லை.

காஞ்சிபுரத்தைச் சுற்றிலும் ஏராளமான ஜைன கல்வெட்டுக் கள் இன்றும் காணப்படுகின்றன. ஆனால் அவற்றில் ஒன்றில்கூட சங்கர மடம் இருந்ததற்கான எந்தவிதமான குறிப்பும் இல்லை என்பதையும் நாம் கவனத்தில் கொள்ள வேண்டும்.

'நான்கு மடங்களையும் நிறுவிய பிறகு ஆதிசங்கரர் காஞ்சியை அடைந்தார். அங்கு சர்வக்ஞ பீடமேறி, காமகோடி பீடத்தையும் நிறுவினார். அந்த இடத்திலேயே அவர் நிர்விகல்ப சமாதி அடைந்தார்.'

இப்படிக் கூறுகின்றன சிவ ரகஸ்யம், மார்க்கண்டேய சம்ஹிதை, ஆனந்தகிரி சங்கர விஜயம் போன்ற மிகப் பழமையான நூல்கள்.

மேலும் அண்மையில் வெளியான ராஜசூடாமணிமகி என்பவரால் இயற்றப்பட்ட சங்கராப்யுதயம் மற்றும் ராமபத்ர தீட்சிதர் இயற்றிய பதஞ்சலி விஜயம் ஆகிய காவியங்களும் இதையே கூறுகின்றன.

1892ஆம் ஆண்டு 'த பெங்காலி என்சைக்ளோபீடியா' (வங்காள சகலகலா நிகண்டு) வெளியிடப்பட்டது. அதன் மூன்றாவது பாகத்தில் 'காஞ்சி' என்னும் தலைப்பின் கீழ் காணப்படும் தகவல் இங்கே முக்கியமாகக் குறிப்பிடப்பட வேண்டும்.

'அது ஸப்த புரிகளில் ஒன்று; ஓர் மகாபீட ஸ்தானம்; மேலும் அது ஸ்ரீ சங்கராச்சார்ய ஸ்வாமிகளது சமாதி ஸ்தானம்; அந்நகரத்தி லுள்ள ஸ்ரீ காமாட்சியம்மையின் ஆலயத்தில் பூர்ணபுருஷா கிருதியாக ஸ்ரீ ஆதி சங்கரரது சிலாவிக்ரகம் அமைந்திருக்கிறது'

இவ்வாறு அதில் கூறப்பட்டுள்ளது.

'விச்வேஸ்வரனாகிய பரமசிவன் கொடுத்த வரம் முக்தி மோட்சம், போதம், யோகம் என்ற ஸ்படிக லிங்கங்களைப் பூஜித்து அந்த மகிமையால் வசதிகளான மிஸ்ரர்களை ஜெயித்து காஞ்சியில் வாக்தேவதா ரூபிணியான ஸ்வர்ண காமாட்சியின் சன்னதியில் உள்ள ஸர்வக்ஞ பீடத்தில் ஏறி காஞ்சியில் உள்ள தனது மடத்தில் சித்தி அடைந்தார்' என்று சிவ ரகசியம் புத்தகத்தின் ஒன்பதாவது அம்சம் பதினாறாவது அத்தியாயத்தில் கூறப்பட்டுள்ளது.

'காஞ்சி நகரத்தில் கம்பாதீரத்தில் வசிப்பவளான காமாட்சி என்கிற காமேஸ்வரியான, மகா திரிபுரசுந்தரியை தினந்தோறும் பூஜித்துக்கொண்டும், அதனால் மூவுலகத்திற்கும் க்ஷேமத்தை அளித்துக் கொண்டும், ப்ரம்மானந்தத்துடன் இருந்தார் சங்கரர்' என்கிறது சகராப்யுத்ய காவ்யம். இது ராஜசூடாமணி தீட்சிதரால் இயற்றப்பட்டது.

'தனது குருவான கோவிந்த பாகவத் பாதரை வெகு காலம் பக்தியுடன் உபாசித்து அவர் விதேஹ முக்தி அடைந்த பிறகு அத்வைத பரமான ப்ரஸ்தாந்த்ரய பாஷ்யங்களை இயற்றி திக்விஜயம் செய்து கடைசியில் காஞ்சிபுரத்தில் சங்கரர் தங்கினார்' என்று ராமபத்ர தீக்ஷிதர் எழுதிய மகா காவ்யத்தின் எட்டாவது

சர்க்கத்தின் கடைசி சுலோகத்திற்கு முந்தின சுலோகத்தில் கூறப் பட்டுள்ளது.

மேலும் பெரிய காஞ்சிபுரத்தில் உள்ள சங்கர மடத்தில் ஆதிசங்கரரின் பிரதம சீடரான சுரேஸ்வரருக்கு ஆலயமும் பிம்பமும் அமைந்துள்ளன.

சுரேஸ்வரரது பூர்வாசிரமப் பெயரான மண்டன மிஸ்ரரின் பெயரால் காஞ்சியில் அக்ரகாரம் ஒன்று இப்போதும் இருந்து வருகிறது.

இன்னும் காஞ்சியில் வரதராஜர், ஏகாம்பரர், காமாட்சி முதலான கோயில்களில் எல்லாம் ஆதிசங்கரரின் பிம்பங்கள் காணப்படுவதுடன், காஞ்சியை அடுத்த சென்னையில் உள்ள திருவொற்றியூர் முதலான திருத்தலங்களிலும் ஆதிசங்கரரின் உருவங்கள் அமைந்துள்ளன.

இக்காரணங்களினால் காஞ்சி நகரத்திற்கும் ஆதிசங்கரருக்கும் நெருங்கிய தொடர்பு இருப்பதை நாம் உணர முடிகிறது.

காஞ்சி காமகோடி பீடத்தில் இதுவரை 70 மடாதிபதிகள் எழுந்தருளியுள்ளனர். அவர்களில் பலர் பெரிய தவசிகள். சிறந்த கவிகள். சிறந்த யோகிகள். சாஸ்திரங்கள் பல கற்றவர்கள். பக்திமார்க்கத்தை உலகமெங்கும் பரப்பியவர்கள்.

காமகோடி பீடத்தில் 68வது ஆச்சார்ய சுவாமிகளாகப் பிரகாசித்தவர் சந்திரசேகரேந்திர சரஸ்வதி சுவாமிகள்.

இவர் ஆதிசங்கரரின் அவதாரம் என்றே அவரது பக்தர்கள் மட்டுமல்லாமல் பலரும் நம்புகின்றனர். சனாதன தர்மத்திற்குப் பெரும்பணி ஆற்றியுள்ளார்.

வைதிக மார்க்கத்தையும், வேதாந்தத் தத்துவத்தையும் பாதுகாப்பதற்காக அவர் மேற்கொண்ட முயற்சிகள் அநேகம்.

ஒருபுறம் மடத்தின் அன்றாட நிர்வாகம், மற்றொரு புறம் தம்மை நாடி வரும் பக்தர்களை உய்விக்கச் செய்வதில் அவர்கள் காட்டிய ஆர்வம், தினந்தோறும் பலமணி நேரம் செய்த சந்திரமௌலீஸ்வர பூஜை என்று அவரின் ஓயாத பணிகள் நிறைய.

இவற்றோடு தம் ஆசிரமத்திற்குரிய கடுந் தவத்தினாலும் உபவாசத்தினாலும் தமது உடலை இளைக்கச் செய்து, பசி, தூக்கம் ஆகியவற்றை முற்றிலும் வென்று, ஒவ்வொரு நாளின் முழு நேரத்தையும் சமூக சீர்திருத்த வழிகளைப் பற்றியே சிந்தித்து,

அதற்கேற்ப அவ்வப்போது உபதேசங்கள் வழங்கி சுவாமிகள் ஆற்றிய பணிகள் எழுத்தில் வடிக்க முடியாதவை.

சர்ச்சைகள்

ஆதிசங்கரர் வாழ்ந்த காலமே சர்ச்சைக்குரியதாக இப்போதும் இருந்து வருகிறது.

நந்தன வருடம் வைகாசி மாதம் வளர்பிறை பஞ்சமி திதியில் ஆதிசங்கரர் அவதரித்ததாகக் கூறப்படுகிறது. இதுகுறித்து காஞ்சி, துவாரகை, பூரி மடங்களில் காணப்படும் பழமையான நூல்களை ஆராய்ந்தால் கி.மு. 509ஆம் ஆண்டு கலியுக வருடத்தில் அமைந்த நந்தன வருடம் என்று கணக்கில் எடுத்துக் கொள்ளலாம்.

ஆனால் சங்கர மடங்களுக்குள் நந்தன வருடத்தைக் கணக்கிடு வதில் நிறைய வேறுபாடுகள் உள்ளன. இதனால் எந்த நந்தன வருடத்தைக் கணக்கில் எடுத்துக் கொள்வது என்பதில் குழப்பம் மேலோங்கி நிற்கிறது.

ஆதிசங்கரர் 32 வயது வரை வாழ்ந்தார் என்பதை அனைத்து பழமையான நூல்களும் கூறுகின்றன. எனவே அதில் மாறுபட்ட கருத்து கிடையாது.

குமரிலப்பட்டர் காலம் கி.மு. 577ஆம் ஆண்டு என்று 'ஜின விஜயம்' என்னும் ஜைன மத நூல் தெரிவிக்கிறது. ஆதிசங்கரரும் குமரிலப்பட்டரும் சமகாலத்தவர்கள். குமரிலப்பட்டரை அவர் சந்தித்தது கி.மு. 494ஆம் ஆண்டு எனப்படுகிறது. எனவே சங்கரர் வாழ்ந்த காலம் கி.மு. 509 முதல் கி.மு. 477ஆம் ஆண்டு வரை என்ற கூற்று சரியானது என்றே தெரிகிறது.

காஞ்சி மடம் இதைத்தான் இன்று வரை வலியுறுத்திக் கூறி வருகிறது.

ஆனால் இந்திய வரலாற்றை நன்கு ஆழ்ந்து ஆய்வு செய்த யு.டி. கீத் என்பவர், குமரிலப்பட்டர் வாழ்ந்த காலம் கி.பி. 700க்கு முன்னதாக இல்லை என்று உறுதியாக ஆதாரங்களோடு விளக்கிச் சொல்கிறார்.

அப்படியானால் ஆதிசங்கரர் வாழ்ந்த காலம் கி.பி. 788 முதல் 820 வரை இருக்கலாம்.

அதேநேரத்தில் சங்கரர் வாழ்ந்த கி.பி. 7ஆம் நூற்றாண்டு என்போரும் உள்ளனர். அதற்கு அவர்கள் கூறும் ஆதாரம் என்ன வென்றால், 'சங்கரர் தனது பிரம்ம சூத்திரத்தில் பாடலிபுத்திரம்

என்ற நகரத்தைப் பற்றிக் குறிப்பிட்டுள்ளார். அந்த நகரம் கி.பி. 750ஆம் ஆண்டு வெள்ளத்தில் அழிந்துபோயிற்று. எனவே அந்த நகரம் அழிவதற்கு முன்பே சங்கரர் வாழ்ந்திருக்க வேண்டும். அதனால் கி.பி. 7ஆம் நூற்றாண்டு என்பதே சரி' என்கின்றனர்.

ஆதிசங்கரர் தனது பாஷ்யத்தில் மகத நாட்டை ஆட்சி செய்த பூர்ணவர்மன் என்ற மன்னனைப் பற்றிக் குறிப்பிட்டுள்ளார். அந்த மன்னன் பௌத்த சமயத்தைச் சார்ந்தவன். அந்த மன்னனைப் பற்றி சீன யாத்ரீகர் யுவான் சுவாங் பயணக் குறிப்பில், கி.பி. 590 ஆம் ஆண்டு ஆட்சி செய்ததாகக் குறிப்பிட்டுள்ளார்.

இதை வைத்துப் பார்க்கும்போது ஆதிசங்கரர் வாழ்ந்த காலம் இதுவாகவே இருக்கக்கூடும் என்றும் சிலர் கூறுகின்றனர்.

இதனிடையே பழமையான சமஸ்கிருத சாசனம் ஒன்றில் ஆதிசங்கரர் வாழ்ந்த காலம் கலியுக வருடம் 3889 முதல் 3921 முடிய என்று கூறப்பட்டுள்ளது.

கலியுக வருடம் என்னும்போது கி.பி. 788 முதல் கி.பி. 820ஆம் ஆண்டு வரை என்று கண்டுபிடிக்கப்பட்டுள்ளது. இந்த ஆண்டுகளில்தான் அவர் வாழ்ந்தார் என்பதை உறுதி செய்யும் விதத்தில் சில வரலாற்று நிகழ்வுகளும் சிலரால் சுட்டிக்காட்டப் படுகிறது.

வரலாற்று ஆசிரியர்களின் கூற்றுப்படி, ஆதிசங்கரர் வாழ்ந்த காலம் பற்றி பல்வேறு முரண்பட்ட கருத்துக்கள் நிலவினாலும் கி.பி. 5ஆம் நூற்றாண்டுக்கும் 7ஆம் நூற்றாண்டுக்கும் இடைப்பட்ட காலத்தில் வாழ்ந்திருக்கக்கூடும் என்றே கருதுகின்றனர்.

சங்கர மடத்தின் பீடாதிபதிகள் பொதுவாக சங்கராச்சாரியார் என்றே பொதுவான பெயருடன் அழைக்கப்படுகிற மாதிரி, சங்கரர் என்ற பொதுவான பெயருடன் இந்து மத வளர்ச்சிக்காக உழைத்த மகான்கள் இருந்திருக்கலாம் என்றும், அதனால்தான் இப்படிப்பட்ட குழப்ப நிலை ஏற்பட்டிருக்கலாம் என்றும் சிலர் கூறுகின்றனர்.

6

பீடாதிபதிகள்

ஆதிசங்கரர் தமது திக்விஜயத்திற்குப் பிறகு மோட்சபுரி என்று அழைக்கப்படும் காஞ்சியை வந்தடைந்தார். அங்கு தனக்கென்று ஒரு ஆசிரமத்தை அமைத்துக் கொண்டு தங்கினார்.

அவர் வாழ்ந்த காலம் குறித்து பல்வேறு குழப்பமான தகவல்கள் இருந்த போதிலும் காஞ்சி சங்கர மடத்தின் குறிப்புகளை மட்டும் இங்கே நாம் எடுத்துக் கொள்ளலாம்.

ஆதிசங்கரர் பிறந்தது கலி வருடம் 2593. அதாவது கி.மு. 509.

அவர் சன்னியாசம் மேற்கொண்டது கலி வருடம் 2603. கி.மு. 499.

துவாரகை மடத்தை அமைத்து அதன் தலைவராக ஹஸ்தாமாலகரை நியமித்தது கலி வருடம் 2611. கி.மு. 491.

ஜோஷி மடத்தை அமைத்து அதன் தலைவராக தோடாகாச்சாரியாரை நியமித்தது கலி வருடம் 2616. கி.மு. 486.

கோவர்த்தன மடத்தை அமைத்து அதன் தலைவராக பத்மபாத ஆச்சாரியாவை நியமித்தது கலி வருடம் 2617. கி.மு. 485.

சிருங்கேரி மடத்தை உருவாக்கி அதன் தலைவராக சுரேஸ்வரை நியமித்தது கலி வருடம் 2618. கி.மு. 484.

சர்வக்ஞ பீடமாம் காமகோடி பீடத்தை காஞ்சியில் அமைத்தது கலி வருடம் 2620. கி.மு. 482.

ஆதிசங்கரர் காஞ்சியில் முக்தி அடைந்தது கலி வருடம் 2625. கி.மு. 477.

கைலாச மலையில் இருந்து ஐந்து ஸ்படிக லிங்கங்களைக் கொண்டு வந்தார்.

அவற்றில் முக்தி லிங்கம் கேதார்நாத்திலும், வர லிங்கம் நேபாளத்திலும், போக லிங்கம் சிருங்கேரியிலும், மோட்ச லிங்கம் சிதம்பரத்திலும், யோக லிங்கம் காஞ்சி மடத்திலும் உள்ளன. நான்கு வேதங்களைப் பரப்புவதற்காக நான்கு திசைகளிலும் நான்கு மடங் களை ஆதிசங்கரர் நிறுவினார். அதன்பிறகு கடைசியாக காஞ்சியில் ஒரு மடத்தை நிறுவி, அந்த நான்கு மடங்களையும் நிர்வகித்தார்.

எனவே காஞ்சி சங்கர மடம் பிற மடங்களைக் காட்டிலும் அதிக முக்கியத்துவம் பெற்று விளங்குகிறது. மேலும் தற்போது நான்கு மடங்களைக் காட்டிலும் இந்து சமயத்திற்கு அரும்பெரும் தொண்டாற்றி வருவது காஞ்சி சங்கர மடமே என்ற பெருமையும் இதற்கு உண்டு.

காஞ்சி மடத்தின் முதல் தலைவராக இருந்து செயலாற்றியவர் ஆதிசங்கரர்தான்.

தற்போது மடாதிபதியாக இருக்கும் விஜயேந்திர சுவாமி அதன் 70வது தலைவராக விளங்குகிறார்.

1. ஆதிசங்கரர்

காஞ்சி மடத்தின் நிறுவனர். முதல் தலைவர். பிரம்மதேசத் தைச் சேர்ந்த சிறுவன் ஒருவனின் அறிவாற்றலைக் கண்டு வியந்துபோன ஆதிசங்கரர், தனது சீடர் சுரேஸ்வரரின் கீழ் பாடம் பயிலச் சொன்னார்.

இவ்வாறு சிறுவயதிலேயே வேத பாடங்களை நன்கு கற்ற அச்சிறுவன்தான் சுரேஸ்வரருக்குப் பிறகு பீடம் ஏறினார். அவருக்கு 'ஸர்வக்ஞாத்மன்' என்ற பெயரை ஆதிசங்கரர் சூட்டினார்.

தமது சிறுவயதிலேயே சன்னியாசம் பூண்டதைப்போல காஞ்சி மடத்தின் மடாதிபதியாகிறவர்கள் பிரம்மச்சரியத்தில் இருந்து நேராகச் சன்னியாசம் பெற வேண்டும் என்ற விதி அமைந்தது.

பீடாதிபதிகளாக இருப்பவர்கள் அனைவரின் திருநாமத்துடன் 'இந்திர சரஸ்வதி' என்ற பெயரும் சேர்க்கப்படும்.

கி.மு. 482ஆம் ஆண்டு பீடாதிபதி ஆனார்.

கி.மு. 477ஆம் ஆண்டு காஞ்சியில் முக்தியடைந்தார்.

2.. சுரேஸ்வரர்

மகிழ்மதியைச் சேர்ந்த இவரின் இயற்பெயர் மந்தன மிஸ்ரர். ஆதிசங்கரரோடு வாதிட்டுத் தோல்வி அடைந்ததால் அவரது சீடரானார்.

காஞ்சி மடாதிபதிகளில் வயது முதிர்ந்த, சிறந்த கல்வியறிவு பெற்றவர் என்ற பெருமை படைத்தவர்.

காஞ்சி மடத்தின் இரண்டாவது பீடாதிபதியான இவர் வாதிக, நைஷ்கர்ம்ய சித்தி ஆகிய நூல்களை எழுதியுள்ளார்.

காமகோடி மடத்தில் இவரது சிலை அமைந்துள்ளது. தினமும் அதற்குப் பூஜை நடத்தப்படுகிறது. மந்தன மிஸ்ர அக்ரஹாரம் காஞ்சியில் இப்போதும் உள்ளது.

கி.மு. 477ஆம் ஆண்டு பீடாதிபதி ஆனார்.

கி.மு. 407ஆம் ஆண்டு முக்தியடைந்தார்.

3. சர்வஞாத்மன்

ஆதிசங்கரர் காஞ்சியில் இருந்தபோது நாட்டின் பல்வேறு பகுதிகளில் இருந்தும் பண்டிதர்களும், அறிஞர்களும் அங்கு வந்து குழுமினார்கள். அவ்வாறு வந்தவர்களில் ஒருவர்தான் சர்வஞாத்மன். தாமிரபரணி நதிக் கரையில் அமைந்துள்ள பிரம்ம தேசம் என்னும் இடத்தில் இருந்தும் அநேக அறிஞர் பெருமக்கள் வந்து ஆதிசங்கரரோடு தேவ பேதம், மூர்த்தி பேதம் போன்ற பல தலைப்புகளில் விவாதங்கள் நடத்தினார்கள்.

அவ்வாறு வந்திருந்தவர்களில் ஏழு வயது சிறுவனும் ஒருவன்.

அவனால் பெரிதும் ஈர்க்கப்பட்டார் ஜகத்குரு. எனவே அச்சிறுவனை காஞ்சி மடத்தின் பீடத்துக்கு வாரிசாக நியமிக்க விரும்புவதாகக் கூறினார். அச்சிறுவனின் பெற்றோரும் மிக்க மகிழ்ச்சியுடன் அதற்குச் சம்மதம் தெரிவித்தனர்.

அதன்பிறகு, அச் சிறுவனை சன்னியாச தர்மத்திற்கு உட்படுத்தி, தீட்சையும் அளித்தார். அவனுக்கு சர்வஞாத்மன் என்று நாமத்தையும் சூட்டினார். இந்தப் பால சந்நியாசி, சுரேஸ்வராச்சாரி யாரின் பாதுகாப்பிலும் பராமரிப்பிலும் ஒப்படைக்கப்பட்டார்.

சர்வஞாத்மன், ஆதிசங்கரரின் ருத்ர பாஷ்யத்தைத் தொகுத்து, உரையெழுதி மெருகூட்டினார். இவருடைய இந்த விளக்க விமரிசனமானது, 'சம்ஸ்கேஷப சரீரிகா' என்று அழைக்கப்பட்டது. இது மொத்தம் 1267 பாடல்களைக் கொண்டது.

அதேபோல 'சர்வஞான விலாசா' என்ற கவிதை வழி ஆராய்ச்சித் தொகுப்பையும் இவர் இயற்றினார்.

கி.மு. 407ஆம் ஆண்டு பீடாதிபதி ஆனார்.

கி.மு. 364ஆம் ஆண்டு முக்தியடைந்தார்.

4. சத்ய போதேந்திர சரஸ்வதி

கேரளாவின் அமராவதி தீரம் என்ற இடத்தைச் சேர்ந்தவர். பூர்வாஸ்ரமத்தில் பாலினீகர் என்று அழைக்கப்பட்டார். இவரது தந்தையார் தலினேச சர்மா.

இவர் சாக்கியர், புத்தர், சமணர் ஆகிய பிரிவுகளைச் சேர்ந்த அறிஞர்களோடு வாதிட்டு வென்றார்.

ஆதிசங்கரரின் பாஷ்யத்திற்கு 'பாதகாசதா' என்ற உரையை எழுதியுள்ளார்.

கி.மு. 364ஆம் ஆண்டு பீடாதிபதி ஆனார்.

கி.மு. 268ஆம் ஆண்டு முக்தியடைந்தார்.

5. ஞானேந்திர சரஸ்வதி

இவரது இயற்பெயர் ஞானோத்தமர் தமிழக பிராமண வகுப்பைச் சேர்ந்தவர். தந்தையின் பெயர் நாகேசா. இவர் தர்க்க சாஸ்திரத்தில் வல்லவர். சுரேஸ்வராச்சாரியாரின் நைஷ்காம்ய சித்தி என்ற நூலுக்கு 'சந்திரிகா' என்ற உரை எழுதியுள்ளார். இந்நூலில் தன் குருவான ஸ்ரீ சத்யபோதர் மற்றும் ஸ்ரீசர்வஞாத்மன்

ஆகியோரைப் பற்றி மிகச் சிறப்பாகக் குறிப்பிட்டுள்ளார். காஞ்சி பீடத்தின் ஞான ஒளியாக தன்னைப் பற்றியும் இதில் கூறியிருக்கிறார்.

கி.மு. 268ஆம் ஆண்டு பீடாதிபதி ஆனார்.

கி.மு. 205ஆம் ஆண்டு காஞ்சியில் முக்கியடைந்தார்.

6. சுத்தானந்தேந்திர சரஸ்வதி

தமிழகத்தின் வேதாரண்யத்தைச் சேர்ந்தவர். பார்வு என்ற பண்டிதரின் மகன். இவரது இயற் பெயர் விஸ்வநாதன்.

கி.மு. 205ஆம் ஆண்டு பீடாதிபதி ஆனார்.

இவர் காஞ்சியில் கி.மு. 124ஆம் ஆண்டு முக்தியடைந்தார்.

7. ஆனந்த ஞானேந்திர சரஸ்வதி

கேரளாவைச் சேர்ந்த இவரது இயற்பெயர் சின்னய்யா. தகப்பனார் பெயர் சூர்ய நாராயண மஹி. இவர் ஒரு சக்தி உபாசகர். கடவுள் கிருபையால் இலக்கிய ஞானம் கைவரப் பெற்றவர். ஆதிசங்கரரின் பாஷ்யத்திற்கும் சுரேஸ்வராச்சாரியாரின் நூலுக்கும் உரை எழுதியுள்ளார்

கி.மு. 124ஆம் ஆண்டு பீடாதிபதி ஆனார்.

கி.மு. 55ஆம் ஆண்டு ஸ்ரீசைலத்தில் முக்தியடைந்தார்.

8. கைவல்யானந்த யோகேந்திர சரஸ்வதி

இவரது இயற்பெயர் மங்கண்ணா. திருப்பதியைச் சேர்ந்தவர். தகப்பனார் பெயர் திரைலிங்க சிவய்யா.

கி.மு. 55ஆம் ஆண்டு பீடாதிபதி ஆனார்.

கி.மு. 28ஆம் ஆண்டு காஞ்சியில் முக்தியடைந்தார்.

9. க்ருபா சங்கரேந்திர சரஸ்வதி

ஆந்திராவைச் சேர்ந்த இவரது இயற்பெயர் கங்கேஷா பாத்யாயர். சீரழிந்து கொண்டிருந்த இந்து மதத்தின் பிற்போக்குத் தனமான, காலத்திற்கு ஒவ்வாத பழக்க வழக்கங்களை முழு மூச்சுடன் கண்டித்து அவற்றை அறவே ஒழித்தவர்.

ஆதிசங்கரர் ஏற்படுத்திய மார்க்கத்தை அவர் வழியிலேயே செம்மைப்படுத்தி வளர்த்ததில் பெரும் பங்கு இவருக்கு உண்டு. ஷண்மத மார்க்கத்தை வழிபாட்டு முறையாக்கி சிவன், விஷ்ணு,

அம்பிகை, சூரியன், கணபதி, கந்தன் என்று பிரித்து வழிபட வகை செய்தார். இவற்றை சங்கரரும் அவர் வழியில் கிருபாசங்கரரும் முறைப்படுத்தியதால் பின்னர் வந்த சைவ வைணவ மதத் தலைவர்களுக்கு தங்கள் பணியை எளிதாய்ச் செய்ய முடிந்தது குறிப்பிடத்தக்கது.

கி.மு. 28ஆம் ஆண்டு பீடாதிபதி ஆனார்.

கி.பி. 69ஆம் ஆண்டு விந்திய பர்வதத்தில் முக்தியடைந்தார்.

10. சுரேஸ்வர சரஸ்வதி

மஹாராஷ்டிராவைச் சேர்ந்த இவரது இயற்பெயர் மஹேஷ்வரர். தகப்பனார் பெயர் ஈஸ்வர பண்டிதர்.

கி.பி. 69ஆம் ஆண்டு பீடாதிபதி ஆனார்.

காஞ்சியில் கி.பி 127ஆம் ஆண்டு முக்தியடைந்தார்.

11. சிவானந்த சித்கணேந்திர சரஸ்வதி

இவர் கர்நாடகாவைச் சேர்ந்தவர். இயற்பெயர் ஈஸ்வரவது. தந்தையார் பெயர் உஜ்வலபட்டர். இவர், தன் பெயருக்கேற்ப சிவா அத்வைதத்தில் ஈடுபாடுடையவர்.

கி.பி. 127ஆம் ஆண்டு பீடாதிபதி ஆனார்.

கி.பி. 172ஆம் ஆண்டு விருத்தாச்சலத்தில் முக்தியடைந்தார்.

12. சந்திரசேகரேந்திர சரஸ்வதி (1)

பாலாறு அருகிலுள்ள சிறு கிராமத்தைச் சேர்ந்தவர். இவரது தந்தையார் பெயர் வத்ஸ பட்டர். இயற்பெயர் ஹரி. மடத்தின் பணிகளை ஒரு சீடரிடம் ஒப்படைத்துவிட்டு, எப்போதும் யோக மார்க்கத்திலேயே ஈடுபட்ட இவர், 63 ஆண்டுகள் காஞ்சி மடத்தின் தலைவராக இருந்தார்.

இறுதிக் காலத்தில் சேஷாசலம் சென்று அங்கேயுள்ள ஒரு குகையில் நுழைந்தார். பின்னர் அவர் திரும்பி வரவே இல்லை.

கி.பி. 172ஆம் ஆண்டு பீடாதிபதி ஆனார்.

கி.பி. 235ஆம் ஆண்டு சேஷாசல மலையில் முக்தியடைந்தார்.

13. சத்சித் கணேந்திர சரஸ்வதி

கெடில நதிக்கரையோர கிராமத்தைச் சேர்ந்தவர். இயற்பெயர் சேஷையா. தகப்பனார் பெயர் ஸ்ரீகர பண்டிதர்.

இவரும் தன் குருவைப் போலவே, மடத்தின் பணிகளை ஒரு சீடரிடம் ஒப்படைத்துவிட்டு, காஞ்சியின் சுற்றுப்புறங்களில் அவதூதராகச் சுற்றித் திரிந்தார். 32 ஆண்டுகள் இப்படிச் சுற்றித் திரிந்த இவர், காஞ்சி கோயிலுக்குள் நுழைந்தார். பின்னர் அப்படியே ஒரு சிவலிங்கமாக மாறி விட்டார். அவ்விடம் இன்று காயாரோகணேஸ்வரர் கோயில் என்று அழைக்கப்படுகிறது.

கி.பி. 235ஆம் ஆண்டு பீடாதிபதி ஆனார்.

காஞ்சியில் கி.பி. 272ஆம் ஆண்டு முக்தியடைந்தார்.

14. வித்யா கணேந்திர சரஸ்வதி

ஆந்திராவைச் சேர்ந்த இவரது இயற்பெயர் நாயனா. தந்தையார் பெயர் பாபண்ண சோமயாஜி.

மந்திர சாஸ்திரத்தில் கைதேர்ந்தவர். மலைய மலையில் உக்கிரத்துடன் காணப்பட்ட பைரவமூர்த்தியைச் சாந்தப்படுத்தியவர்.

கி.பி. 272ஆம் ஆண்டு பீடாதிபதி ஆனார்.

கி.பி. 317ஆம் ஆண்டு அகத்தியர் மலையில் முக்தியடைந்தார்.

15. கங்காதரேந்திர சரஸ்வதி

ஆந்திராவைச் சேர்ந்த இவரது இயற்பெயர் சுபத்ரர். தந்தையார் பெயர் காஞ்சி பத்ரகிரி.

அகத்திய மலைப்பகுதியில் இவர் சஞ்சரித்த போது அகத்திய முனிவரைத் தரிசித்து, அவரிடம் பஞ்ச தசாக்ஷரி மந்திர உபதேசம் பெற்றார். தனது பன்னிரண்டாவது வயதிலேயே பீடாதிபதியாகிவிட்ட இவர், பெரும் புலமையும் ஞானமும் மிக்கவர்.

கி.பி. 317ஆம் ஆண்டு பீடாதிபதி ஆனார்.

அகத்திய மலையில் கி.பி. 329ஆம் ஆண்டு முக்தியடைந்தார்.

16. உஜ்வல சங்கரேந்திர சரஸ்வதி

மராட்டிய மாநிலத்தைச் சேர்ந்த இவரது இயற்பெயர் அச்சுத கேசவர். தந்தையார் பெயர் கேசவ சங்கரர்.

சிறந்த அருளாளர். சீயாநந்தூர நாட்டு மன்னர் குலசேகரனை தன் அருளால் பெரும் கவிஞனாக ஆக்கினார். இமயம் முதல் குமரி வரை யாத்திரை செய்தவர்.

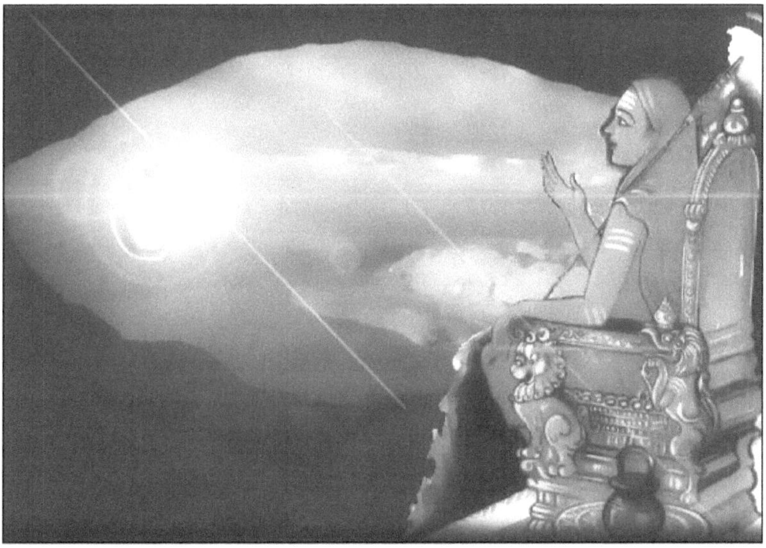

கி.பி. 329ஆம் ஆண்டு பீடாதிபதி ஆனார்.

கி.பி. 367ஆம் ஆண்டு காஷ்மீர் அருகில் உள்ள காலாபுரி என்னும் இடத்தில் முக்தியடைந்தார்.

17. சதாசிவேந்திர சரஸ்வதி

காஷ்மீரில் அரசனாக இருந்த தேவமிச்ரன் என்பவரின் திருமகன் இவர். இவர் அவதரித்த சில வருடங்களில் இவரது தந்தை ஜைனமதத்தைத் தழுவி விட்டார். ஆனால் சதாசிவரோ சிறுவயதிலேயே வேதாந்தத்தில் பற்றுள்ளவராக இருந்தார். தன் மகனை மாற்ற அவரது தந்தையார் எவ்வளவோ முயற்சிகள் செய்தும் பலன் இல்லை.

இதனால் வெகுண்ட மன்னன், தன் மகன் என்றும் பாராது, சதாசிவரை சிந்து நதியில் வீசியெறிந்தான். நீரில் தத்தளித்த சிறுவனை பாடலிபுத்திரத்தைச் சேர்ந்த பூரிவசு என்பவர் மீட்டு, சிந்து நதியில் கிடைத்ததால் சிந்து தத்தன் என்று பெயரிட்டு வளர்த்து வந்தார். பின்னர் அங்கு யாத்திரையாக வந்த உஜ்வலர் என்பவரிடம் ஒப்படைத்தார். அவர் அருளால் ஸ்ரீபாலகுரு சதாசிவேந்திரர் ஆனார்.

தனது 17வது வயதில் காஞ்சி பீடாதிபதியான இவர், பாலிக, பௌத்த சமயத்தவரை நாட்டை விட்டே செல்லுமாறு செய்தார்.

கி.பி. 367ஆம் ஆண்டு பீடாதிபதி ஆனார்.

கி.பி. 375ஆம் ஆண்டு தமது 25வது வயதில் நாசிக் அருகே த்ரயம்பகம் என்னும் இடத்தில் முக்தியடைந்தார்.

18. யோகபிலக சுரேந்திர சரஸ்வதி

மகாராஷ்டிராவைச் சேர்ந்த மதுரநாதர் என்பவரின் மகன் இவர். தன் யோகத் திறமையால் யோகி திலகர் என்று பெயர் பெற்றார். இவரது இயற்பெயர் மாதவர்.

துர்த்தீவி என்ற பிரபலமான நாத்திகனைத் தன் வாதத்தால் தோற்கடித்தார். இதனைக் கேள்விப்பட்ட காஷ்மீர மன்னன் நரேந்திராதித்யன், தன் அரியணையையும் அரசுரிமையையும் சுரேந்திரரின் பாதங்களில் சமர்ப்பித்து வணங்கினான்.

கி.பி. 375ஆம் ஆண்டு பீடாதிபதி ஆனார்.

உஜ்ஜயினியில் கி.பி. 385ஆம் ஆண்டு முக்தியடைந்தார்.

19. மார்த்தாண்ட வித்யாகணேந்திர சரஸ்வதி

இவரது இயற்பெயர் ஸ்ரீகண்டர். மகாராஷ்டிராவைச் சேர்ந்த உமேச சங்கரர் என்பவரின் தவப்புதல்வன்.

குழந்தைப் பருவத்தில் இருந்தே இவருக்கு வெண்மேக நோய் இருந்தது. அதனால் தினமும் 1008 தடவை சூரிய நமஸ்காரம் செய்து, நோயில் இருந்து விடுதலை பெற்றார்.

எனவே சூரிய தாசர் என்று அனைவராலும் புகழப்பட்டார். மார்த்தாண்டவித்யாகனர் என்ற பெயரும் இவருக்கு உண்டு.

தனது 18வது வயதில் காஞ்சி பீடாதிபதியானார்.

கி.பி. 385ஆம் ஆண்டு பீடாதிபதி ஆனார்.

கோதாவரி நதிக்கரையில் கி.பி. 398ஆம் ஆண்டு முக்தி அடைந்தார்.

20. முக சங்கரேந்திர சரஸ்வதி

இவரது தந்தையார் பெயர் வித்யாவதி. சிறந்த வானவியல் வல்லுநர். இவரது மகன் மூகசங்கரர் பிறந்ததில் இருந்தே பேசும் திறனற்றவராக இருந்தார். பின்னர் காஞ்சி காமகோடி பீடாதிபதி திருவருளால் பேசும் திறன் பெற்று மூக பஞ்ச சதி என்ற 500 பாடல்களை இயற்றினார்.

அப்போது காஷ்மீர் மன்னராக இருந்தவர் மாத்ருகுப்தன். பேரரசன் சகாரி விக்கிரமாதித்தன் சபையில் சந்தனம் அரைப்ப வனாக இருந்து, சகாரியின் கருணையால் காஷ்மீர் மன்னரானவர். கவித்திறனும் உடைய இவர், மிகுந்த ஆணவத்துடன் யாரையும் மதிக்காமல் செயல்பட்டார்.

அவரை ஆட்கொள்ள விரும்பினார் மூகசங்கரர். அரண்மனை யில் இருந்த ராமிலன் என்ற குதிரை ராவுத்தனையும், மேது என்ற யானைப் பாகனையும் மன்னரின் ஆணவத்தை அடக்க அவ்விரு வரும் பெரும் கவிஞர்களாக மாறுமாறு மூகசங்கரர் அனுக்ரஹம் செய்தார். அப்படியே அவர்களும் ஆனார்கள். குதிரைக்காரனான ராமிலன், 'மணிப்ரபா' என்ற கவிதை நாடக நூலை எழுதினான். யானைப் பாகனான மேது, 'ஹயக்ரீவ வதம்' என்னும் நாடக நூலை இயற்றினான்.

அவர்கள் இருவரையும் பெரும் புலவர்களாக்கியது மூகசங்கரர் தான் என்பதை உணர்ந்த மன்னர் மாத்ருகுப்தன், மனம் மாறினார். ஆணவம் அழிந்து ஆச்சார்யாரின் திருவடியைப் பணிந்தார்.

'ப்ரவரசேனன்' என்பவரை காஷ்மீர் மன்னராக ஆக்கிவிட்டு, ஞானம் பெற்று, மூகசங்கரருடன் காசியாத்திரை மேற்கொண்டார்.

காஷ்மீரில் ஜீலம் நதி முதல் சிந்து நதிக்கரை வரை பரவியிருந்த அடர்ந்த காட்டுப் பகுதியில் பொதுமக்கள் நலனுக்காக நெடுஞ்சாலை ஒன்றை மன்னரின் உதவியுடன் ஏற்படுத்தினார் மூகசங்கரர்.

கி.பி. 395ஆம் ஆண்டு பீடாதிபதி ஆனார்.

கி.பி. 437ஆம் ஆண்டு கோதாவரி நதி தீரத்தில் முக்தி அடைந்தார்.

21. சந்திரசேகரேந்திர சரஸ்வதி (2)

காஷ்மீர மன்னராக இருந்து பின்னர் மனம் திருந்திய மாத்ருகுப்தன்தான் இவர்.

உஜ்ஜயினி மன்னரான விக்ரமாதித்தன் காஷ்மீரத்தை வென்று, அங்குள்ள அரண்மனையில் உறங்கிக் கொண்டிருந்தார்.

நள்ளிரவில் திடீரென விழிப்புற்ற மன்னர், காவலரை அழைத்தார். பதில் வரவில்லை. உரத்த குரலில் அழைத்தபோது அரண்மனையில் சந்தனம் அரைக்கும் சிறுவனான மாத்ருகுப்தன் மட்டும் பதில் தந்துவிட்டு விளக்கை ஏற்றி வைத்தான்.

அவனிடம் மன்னர், 'அனைவரும் தூங்கியிருக்க, நீ மட்டும் ஏன் தூங்கவில்லை?' என்று கேட்டார்.

அதற்கான பதிலை சிறுவன் மாத்ருகுப்தன் ஒரு பாடலாகவே பாடினான்.

சிறுவனின் அரச பக்தியையும் கடமை உணர்வையும் கண்ட பேரரசர் விக்கிரமாதித்தன், காஷ்மீரின் மன்னராக அவனையே நியமித்துவிட்டு உஜ்ஜயினி திரும்பிவிட்டார்.

பின்னர் மாத்ருகுப்தன், காஞ்சிப் பெரியவரிடம் ஆசிபெற்று ஸார்வ பௌமன் என்னும் பெயருடன் பீடாதிபதி ஆனார்.

கி.பி. 437ஆம் ஆண்டு பீடாதிபதி ஆனார்.

கி.பி. 447ஆம் ஆண்டு காசியில் முக்தியடைந்தார்.

22. போதேந்திர சரஸ்வதி

மகாராஷ்டிர மாநிலம் ரத்னகிரி என்னும் ஊரில் பிறந்தவர். மதுரா என்பது இவரது இயற்பெயர். தந்தை பெயர் ராமநாதர்.

தன்வந்திரியைப் போன்று பெரும் மருத்துவப் புலமை உடையவராக இருந்தார். 'அஸ் மா பிலாபக' என்னும் மந்திர சாஸ்திரத்திலும் இவர் தேர்ச்சி பெற்றிருந்தார். பெரிய யோகியாகவும் திகழ்ந்தார்.

கி.பி. 447ஆம் ஆண்டு பீடாதிபதி ஆனார்.

கி.பி. 481ஆம் ஆண்டு பூரி ஜெகந்நாதர் க்ஷேத்திரத்தில் முக்தியடைந்தார்.

23. சச்சித் சுகேந்திர சரஸ்வதி

ஆந்திர மாநிலம் ஸ்ரீகாகுளத்தைச் சேர்ந்தவர். கிரீசர் என்பது இவரது இயற்பெயர். தந்தை சோமநாராயணர்.

சிறந்த முருக பக்தரான இவர், சதா முருகப் பெருமானையே பிரார்த்தனை செய்து முருகனின் அனுக்ரகம் பெற்றவர்.

வானியல் நிபுணர் ஆர்யபட்டர், இவரது சமகாலத்தவர். நாத்திகரான ஆர்யபட்டரை வாதத்தில் வென்று, அவருக்கு மெய்ஞான மார்க்கத்தைக் காட்டிய பெருமை இவருக்கு உண்டு.

பின்னர், ஆர்யபட்டருக்கு வேதாந்த வழிமுறையில் ஆர்வம் இருந்தாலும், சூரிய கிரகணம் பற்றி ஆராய ஒருமுறை கடல்தாண்டி வெளிநாடு சென்றார். அந்தக் காலத்தில் அந்தண சமூகத்தினர்

வெளிநாடு போவது சாஸ்திரங்களுக்கு முரணானது என்ற சம்பிரதாயம் இருந்தது.

எனவே ஆர்யபட்டரை, பெரியவர்கள் சமூக பிரஷ்டம் செய்தார்கள். அதைப் பார்த்த ஆச்சாரியார், சில பிராயச் சித்தங்களைச் செய்யச் சொல்லி இக்கட்டிலிருந்து ஆர்யபட்டரைக் காப்பாற்றினார்..

கி.பி. 481ஆம் ஆண்டு பீடாதிபதி ஆனார்.

கி.பி. 512ஆம் ஆண்டு பூரி ஜெகந்நாதர் க்ஷேத்திரத்தில் முக்தியடைந்தார்.

24. சித் சுகேந்திர சரஸ்வதி

கொங்கணத்தைச் சேர்ந்த இவரது இயற்பெயர் சிவசர்மா. காஞ்சி மடாதிபதியாக இருந்த காலமான பதினைந்து ஆண்டுகளில் பெரும்பாலான நாட்களை கொங்கணத்திலேயே கழித்தார்.

கி.பி. 512ஆம் ஆண்டு பீடாதிபதி ஆனார்.

கி.பி. 527ஆம் ஆண்டு மராட்டிய மாநிலம் ரத்னகிரியில் முக்தியடைந்தார்.

25. சச்சிதானந்த கணேந்திர சரஸ்வதி

தமிழகத்தின் ஸ்ரீமுஷ்ணத்தில் பிறந்த இவரது இயற்பெயர் சிவ சாம்பன். தந்தையார் பெயர் கிருஷ்ணன்.

பாரதம் முழுவதும் மூன்று முறை யாத்திரை செய்துள்ளார். சித்த யோகியான இவர், விலங்குகள் முதலான அனைத்து உயிரினங்களும் பேசும் மொழிகளை அறிந்தவர். இதனால், சித்தகுரு என்றும் அழைக்கப்பட்டார்.

63 நாயன்மார்களில் ஒருவரான சேரமான் நாயனாரும் மிருகங்களின் பாஷைகளை அறிந்தவர் என்று பெரிய புராணம் சொல்வது இங்கே குறிப்பிடத்தக்கது.

கி.பி. 527ஆம் ஆண்டு பீடாதிபதி ஆனார்.

கி.பி. 548ஆம் ஆண்டு கோகர்ணத்தில் முக்தியடைந்தார்.

26. ப்ரஞான கணேந்திர சரஸ்வதி

பினாகி நதிக்கரையில் உள்ள பெண்ணாற்றங்கரை என்ற கிராமத்தில் பிறந்த இவரது இயற்பெயர் சோணகிரி. தந்தையார் பெயர் பிரபாகரர்.

கி.பி. 548ஆம் ஆண்டு பீடாதிப்தி ஆனார்.

கி.பி. 565ஆம் ஆண்டு காஞ்சியில் முக்தியடைந்தார்.

27. ஸ்ரீசித் விலாசேந்திர சரஸ்வதி

ஆந்திர மாநிலம் ஹஸ்திகிரி என்ற ஊரில் பிறந்த இவரது இயற்பெயர் ஹரிகேசவர். தந்தையார் மதுசூதனர்.

கி.பி. 548ஆம் ஆண்டு பீடாதிபதி ஆனார்.

கி.பி. 577ஆம் ஆண்டு காஞ்சியில் முக்தியடைந்தார்.

28. ஸ்ரீ மஹாதேவ வேலேந்திர சரஸ்வதி

ஆந்திர மாநிலத்தைச் சேர்ந்த இவரது இயற் பெயர் சேஷநாராயணர். தந்தையார் பத்ராச்சலம் பானுமிஸ்ரர்.

கி.பி. 577ஆம் ஆண்டு பீடாதிபதி ஆனார்.

கி.பி. 601ஆம் ஆண்டு காஞ்சியில் முக்தியடைந்தார்.

29. பூர்ண போதேந்திர சரஸ்வதி

இவரும் ஆந்திர மாநிலத்தைச் சேர்ந்தவர். கிருஷ்ணர் என்பது இயற்பெயர். தந்தையார் பெயர் ஸ்ரீபதி.

கி.பி. 601ஆம் ஆண்டு பீடாதிபதி ஆனார்.

கி.பி. 618ஆம் ஆண்டு காஞ்சியில் முக்தியடைந்தார்.

30. ஸ்ரீ போதேந்திர சரஸ்வதி

ஆந்திர மாநிலத்தைச் சேர்ந்த இவரது இயற்பெயர் பாலையா. காளஹஸ்தியில் வாழ்ந்தவர்.

கி.பி. 618ஆம் ஆண்டு பீடாதிபதி ஆனார்.

கி.பி. 655ஆம் ஆண்டு காஞ்சியில் முக்தியடைந்தார்.

31. ஸ்ரீ ப்ரம்மாநந்த கணேந்திர சரஸ்வதி

தமிழகத்தின் கெடில நதிக்கரையோர கிராமத்தில் பிறந்தவர். ஜ்யேஷ்ட ருத்ரர் என்பது இவரது இயற்பெயர். தந்தையார் பெயர் அனந்தர்.

பாரதம் முழுவதும் சுற்றுப் பயணம் செய்த இவர், அறுவகை தரிசனங்களும் கைவரப் பெற்றவர்.

காஷ்மீர் மன்னர் லலிதாதித்யன் என்பவர், ஆச்சாரியாளை தரிசிக்க காஞ்சிபுரம் வந்ததாக வரலாற்றில் காணப்படுகிறது.

அதுமட்டுமல்ல, தன்நாடு திரும்பிய மன்னர், காஞ்சிப் பெரியவர் மீது தான் கொண்டிருந்த பக்தியின் காரணமாக காஷ்மீரில், ஆச்சாரியாள் பெயரில் பெரிய அன்னசத்திரம் ஒன்றையும் கட்டினார்.

கி.பி. 655ஆம் ஆண்டு பீடாதிபதி ஆனார்.

கி.பி. 668ஆம் ஆண்டு காஞ்சியில் முக்தியடைந்தார்.

32. ஸ்ரீ சிதானந்த கணேந்திர சரஸ்வதி

ஆந்திர மாநிலத்தைச் சேர்ந்த இவரது இயற்பெயர் பத்மநாபர். தந்தையார் கண்ணுசங்கரர்.

சிறந்த யோகியான இவர், வெறும் சருகுகளை மட்டுமே உண்டு உயிர் வாழ்ந்தார்.

காஷ்மீர் மன்னர் லலிதாதித்யன் தன் தென்னகப் படையெடுப்பின் போது கர்நாடக இளவரசரைப் பதவிக்கு வரவிடாமல் தடுத்தார். தனது பேரருளால் அந்தத் தடையை நீக்கி, அவரை மன்னராக்கினார்.

கி.பி. 668ஆம் ஆண்டு பீடாதிபதி ஆனார்.

கி.பி. 672ஆம் ஆண்டு காஞ்சியில் முக்தியடைந்தார்.

33. ஸ்ரீ சச்சிதானந்தேந்திர சரஸ்வதி

ஆந்திர மாநிலம் சந்திர பாகா நதிக்கரையில் உள்ள கிராமத்தைச் சேர்ந்த இவரது இயற்பெயர் திம்மண்ணா. தந்தையார் ப்ரௌத ராமண்ணா.

பல மொழிகளைக் கற்றறிந்த இவர் 'பாஷா பரமேட்டி' என்று போற்றப்பட்டார். காஞ்சியில் உள்ள சங்கர மடத்துக்குச் சொந்தமான ஸ்ரீமட கட்டடங்களை எல்லாம் பழுது பார்த்து விரிவான திருப்பணி செய்தார்.

கி.பி. 672ஆம் ஆண்டு பீடாதிபதி ஆனார்.

கி.பி. 692ஆம் ஆண்டு காஞ்சியில் முக்தியடைந்தார்.

34. ஸ்ரீ சந்திரசேகரேந்திர சரஸ்வதி (3)

இவரது இயற்பெயர் சம்பு. வேகவதி ஆற்றங்கரையில் உள்ள சிறு கிராமத்தைச் சேர்ந்த இவரது தந்தையார் பெயர் மகாதேவர்.

பாரதம் முழுவதும் பலமுறை விஜயம் செய்த இவர், ஒரு தடவை காட்டுத் தீயின் நடுவில் மாட்டிக் கொண்ட குழந்தை ஒன்றைக் காப்பாற்றினார்.

பௌத்த மத தீவிரவாதியான சங்குணன் என்பவனை வாதத்தில் வென்றார்.

கி.பி. 692ஆம் ஆண்டு பீடாதிபதி ஆனார்.

கி.பி. 710ஆம் ஆண்டு காஞ்சியில் முக்தியடைந்தார்.

35. ஸ்ரீ சித் சுகேந்திர சரஸ்வதி

வேதாசலம் என்னும் திருக்கழுங்குன்றத்தைச் சேர்ந்த இவரது இயற்பெயர் சுசீல கமலாக்ஷர். தந்தையார் விமலாக்ஷர்.

சஹ்ய மலைத் தொடரில் காவிரி உற்பத்தியாகும் தலைக் காவிரியில் உள்ள கவேர முனிவரின் குகையில் நெடுங்காலம் தவம் செய்தார்.

கி.பி. 710ஆம் ஆண்டு பீடாதிபதி ஆனார்.

கி.பி. 737ஆம் ஆண்டு மராட்டிய மாநிலம் சஹ்யமலையில் முக்தியடைந்தார்.

36. ஸ்ரீ சித் சுகானந்தேந்திர சரஸ்வதி

பாலாற்றங்கரையில் உள்ள தோரூர் என்ற கிராமத்தைச் சேர்ந்த இவரது இயற்பெயர் சுரேசர். தந்தையார் சோமகிரி.

கி.பி. 737ஆம் ஆண்டு பீடாதிபதி ஆனார்.

கி.பி. 758ஆம் ஆண்டு காஞ்சியில் முக்தியடைந்தார்.

37. ஸ்ரீவித்யா கணேந்திர சரஸ்வதி

சூர்யநாராயணர் என்ற இயற்பெயரைக் கொண்ட இவரது தந்தையார் பெயர் பாலசந்திரர்.

மாற்று மதத்தவர்களிடம் வாதாடி வென்று இந்து மதத்தைச் செழிக்கச் செய்தவர். ஜகத்குரு ஆதிசங்கரர் இவருக்குக் காட்சி யளித்த அற்புதம் நிகழ்ந்தது.

பாரதமெங்கும் புனித யாத்திரை நடத்திய மற்றொரு காஞ்சி பீடாதிபதி.

கி.பி. 758ஆம் ஆண்டு பீடாதிபதி ஆனார்.

கி.பி. 788ஆம் ஆண்டு சிதம்பரத்தில் முக்தியடைந்தார்.

38. ஸ்ரீஅபிநவ சங்கரேந்திர சரஸ்வதி

சிதம்பரத்தைச் சேர்ந்த இவரது தந்தையார் பெயர் விஸ்வஜித். தாயார் வசிஷ்டா.

தாயின் கர்ப்பத்தில் இருக்கும்போதே இவரது தந்தையார் மரணமடைந்து விட்டார். அக்கால வழக்கப்படி விசிஷ்டா தன் கணவனுடன் உடன்கட்டை ஏறத் துணிந்தாள். ஆனால், அவளிடம் கர்ப்பவதிக்கான அடையாளம் தெரிந்ததைக் கண்ட உறவினர்கள், உடன்கட்டை ஏறாமல் தடுத்துவிட்டனர்.

விதவையான விசிஷ்டா, பிரசவத்தை எதிர்நோக்கிக் காத்திருந் தாள். ஆனால், உரிய காலம் கழிந்தும் குழந்தை பிறக்கவில்லை. மூன்று ஆண்டுகள் கழித்துத்தான் அபிநவர் பிறந்தார்.

கர்மா காரணமாக கர்ப்பத்தில் கழிக்க வேண்டிய எல்லாக் காலத்தையும் ஒரு பிறவியிலேயே அனுபவித்துவிட்டார் என்கிறது குருரத்னமாலா.

தான் பெற்ற குழந்தையை எடுத்துக்கொண்டு சிதம்பரம் தில்லை வனத்தில் கிடத்திவிட்டுப் போய்விட்டாள் இவரது அன்னை.

தன் மனைவியுடன் இங்கே வந்த வியாக்ரபாதர் அந்த அழகிய குழந்தையை எடுத்து வளர்க்க ஆரம்பித்தார். ஐந்து வயதில் உபநயனம் நடத்தி சாஸ்திரக் கலைகளையெல்லாம் கற்றுக் கொடுத்தார்.

அந்தச் சமயத்தில் காஞ்சி பீடாதிபதியாக இருந்த வித்யா கனேந்திரர் சிதம்பரத்துக்கு வந்தார். அப்போது, தில்லை நடராஜர் அசரீரி மூலமாக 'அபிநவ சங்கரரை அடுத்த காஞ்சி காமகோடி பீடாதிபதி ஆக்குங்கள்' என்று ஆணையிட்டார்.

மட்டுமல்லாமல், ஜகத்குரு ஆதிசங்கரரும் தன் பிரதம சீடரான பத்மபாதருடன், வித்யாகனேந்திரருக்குக் காட்சியளித்தார்.

பத்மபாதர், வித்யாகனேந்திரருக்கு பூஜிக்கத் தகுந்த குரு பாதுகைகளை வழங்கினார். இந்த பாதுகை இன்றும் காஞ்சி சங்கர மடத்தில் வைக்கப்பட்டு 'திருப்பாதுகைக் கட்டு' என்று அழைக்கப்பட்டு தினமும் பூஜிக்கப்படுகிறது.

நாடெங்கும் யாத்திரை புரிந்த இவர், காஷ்மீரத்தில் பெரும் தொண்டு புரிந்தார்.

அப்போது காஷ்மீர் மன்னனராக ஜயாபீட விநயாதித்தன் என்பவர் இருந்தார். அவனது சபையில் க்ஷீரஸ்வாமி, வாமனகவி, சடகன், சிந்துமன், சங்கமன், தாமோதரன், மனோதேசன், தக்யன் என்று மிகச்சிறந்த 8 புலவர்கள் இருந்தனர்.

அத்தனை புலவர்களையும், வாக்பதிபட்டர் என்பவர் வாதத்தில் வென்றுவிட்டார். அதனால் மிகுந்த கர்வத்துடன் திரிந்த வாக்பதிபட்டரைத் திருத்தி நல்வழிப்படுத்துவதற்காக அவரை வாதிட்டு வென்று சர்வக்ஞபீடம் ஏறினார் அபிநவ சங்கரர்.

இவரது அரும்பணிகள் சீனர்கள், பெர்சியர்களால் போற்றிப் புகழப்பட்டுள்ளன..

கி.பி. 788ஆம் ஆண்டு பீடாதிபதி ஆனார்.

கி.பி. 840ஆம் ஆண்டு இமயத்தின் ஆத்ரேய மலையில் முக்தியடைந்தார்.

39. ஸ்ரீ சத்சித் விலாசேந்திர சரஸ்வதி

கன்யாகுப்ஜ நாட்டைச் சேர்ந்த கமலேஸ்வரர் என்பவரின் மகன். இவரது இயற்பெயர் ஸ்ரீபதி.

காஞ்சி மடத்தில் பீடாதிபதியாக இருந்த காலத்தில் பெரும்பகுதியை பத்மபுரத்திலேயே கழித்தார். பெரும் புகழ் பெற்ற சங்கராசாரியார் இவர் என்பது குறிப்பிடத்தக்கது.

காஷ்மீர் மன்னரின் அவைப் புலவரான, 'தீவன' நூலை எழுதிய ஆனந்தவர்மன், 'ஹரவிஜயம்' நூலை இயற்றிய

ராஜனகரத்னாகரன் மற்றும் முக்தாகணர், சிவஸ்வாமி ஆகியோரும் இவரைப் புகழ்ந்து பாடியுள்ளனர்.

கி.பி. 840ஆம் ஆண்டு பீடாதிபதி ஆனார்.

கி.பி. 873ஆம் ஆண்டு காஞ்சியில் முக்தியடைந்தார்.

40. ஸ்ரீ மஹாதேவேந்திர சரஸ்வதி

கர்நாடகாவைச் சேர்ந்த இவரது இயற்பெயர் சிவராம பட்டர். தந்தையார் கன்னையா. தவவலிமையால் பேரழகுடன் திகழ்ந்த காரணத்தால் இவர் 'உஜ்வலர் சோபனர்' என்று அழைக்கப்பட்டார்.

கி.பி. 873ஆம் ஆண்டு பீடாதிபதி ஆனார்.

கி.பி. 915ஆம் ஆண்டு முக்தியடைந்தார்.

41. ஸ்ரீ கங்காதரேந்திர சரஸ்வதி

கர்நாடக மாநிலம் பீமா நதி தீரத்தில் உள்ள தோரூரில் பிறந்தவர். இவரது இயற்பெயர் அப்பண்ணா. தந்தை, உமேசபட்டர்.

அந்தக் காலத்தில் கன்னோசியில் ராஜசேகரன் என்னும் பெரும் புலவர் வாழ்ந்து வந்தார். பாலராமாயணம், பிரசண்ட பாண்டவம், கர்ப்பூரமஞ்சரி போன்ற நூல்களை எழுதிய இவருக்கு, திடீரென கண் பார்வை பறிபோய்விட்டது.

சங்கராசாரியார் கன்னோசி வந்தபோது அவரது கால்களில் விழுந்து வணங்கினார் ராஜசேகரன். தன் தவவலிமையால் அவருக்கு மீண்டும் கண்பார்வையை அளித்துச் சிறப்பித்தார் கங்காதரர்..

கி.பி. 915ஆம் ஆண்டு பீடாதிபதி ஆனார்.

கி.பி. 950ஆம் ஆண்டு காஞ்சியில் முக்தியடைந்தார்.

42. ஸ்ரீ ப்ரம்மானந்த கணேந்திர சரஸ்வதி

இவரது இயற்பெயர் நரசம்பட்டர். தந்தையார் பெயர் சுப்ரமண்யர்.

கி.பி. 950ஆம் ஆண்டு பீடாதிபதி ஆனார்.

கி.பி. 978ஆம் ஆண்டு காஞ்சியில் முக்தியடைந்தார்.

43. ஸ்ரீஆனந்த கணேந்திர சரஸ்வதி

துங்கபத்ரா நதிக்கரையில் உள்ள ஒரு கிராமத்தைச் சேர்ந்த

இவரது இயற்பெயர் சங்கரபண்டிதர். தந்தையார் சுதேவபட்டர்.

முதலாம் ராஜராஜசோழன் காலத்தைச் சேர்ந்த இவர், சங்கரமடத்தில் உள்ள வீரசோழ அணுக்க கணபதி கோயிலுக்கு, ராஜராஜன் நிவந்தம் அளித்ததாக உள்ள கல்வெட்டு சங்கரமடத்தில் இருக்கிறது.

கி.பி. 978ஆம் ஆண்டு பீடாதிபதி ஆனார்.

கி.பி. 1014ஆம் ஆண்டு காஞ்சியில் முக்தியடைந்தார்.

44. ஸ்ரீ பூர்ண போதேந்திர சரஸ்வதி

கர்நாடக மாநிலத்தைச் சேர்ந்த இவரது இயற்பெயர் ஹரி. தந்தையார் சிவா.

கி.பி. 1014ஆம் ஆண்டு பீடாதிபதி ஆனார்.

கி.பி. 1040ஆம் ஆண்டு காஞ்சியில் முக்தியடைந்தார்.

45. ஸ்ரீ பரம சிவேந்திர சரஸ்வதி

இவரது இயற்பெயர் ஸ்ரீகண்டர். தந்தையார் சிவசம்பு பண்டிதர்.

தம் அருளாட்சிக் காலத்தில் காவிரி உற்பத்தியாகும் சஹ்ய மலைத் தொடரில் உள்ள ஒரு குகையில் தவம் புரிந்து கொண்டேயிருந்தார். சோமதேவர் என்ற ஒரு சீடர் மட்டுமே அவர் அருகில் இருந்தார்.

கி.பி. 1040ஆம் ஆண்டு பீடாதிபதி ஆனார்.

கி.பி. 1061ஆம் ஆண்டு காஞ்சியில் முக்தியடைந்தார்.

46. ஸ்ரீ சந்திரானந்த போதேந்திர சரஸ்வதி

முந்தைய ஆச்சாரியாள் குகையில் இருந்தபோது அவர் அருகில் இருந்த சீடர்தான் இவர். பூர்வாசிரமத்தில் குருவுடனே இருந்த இவர், அப்போது கதாசரித்சாகரம் என்ற நூலையும் எழுதினார்.

உஜ்ஜயினியை ஆண்ட போஜ மகாராஜா அளித்த முத்துப் பல்லக்கில் ஏறி தென்னாடு முழுவதும் யாத்திரை புரிந்தார்.

கி.பி. 1061ஆம் ஆண்டு பீடாதிபதி ஆனார்.

கி.பி. 1098ஆம் ஆண்டு அருணாச்சல க்ஷேத்திரத்தில் முக்தியடைந்தார்.

47. ஸ்ரீ சந்திரசேகரேந்திர சரஸ்வதி (4)

குந்தி ஆற்றங்கரையில் உள்ள சிறு கிராமத்தைச் சேர்ந்த இவரது இயற்பெயர் ஸ்ரீகண்டர். தந்தையார் சுகதேவர்.

இவரது காலத்தில் சாளுக்கிய மரபில் வித்யாலோல

குமாரபாலன் என்பவர் அரசனாக இருந்தார். அவரது அரசவையில் ஜைன சமயத்தைச் சேர்ந்த ஹேமாசார்யன் என்னும் புலவர் இருந்தார். பலரோடு வாதித்து வென்ற அவரை சந்திரசேகர் வாதம் செய்து தோல்வியடையச் செய்தார்.

`நமது காஞ்சி பீடாதிபதியின் சொல்மழையால் ஹேமாசார்யன் என்ற காட்டுத் தீ அணைந்தது' என்று பக்தி கல்பலதிகா நூலில் புகழ்கிறார் ஜயதேவர்.

கி.பி. 1098ஆம் ஆண்டு பீடாதிபதி ஆனார்.

கி.பி. 1166ஆம் ஆண்டு திருவண்ணாமலை என்னும் அருணாக்ஷேத்திரத்தில் முக்தியடைந்தார்.

48. ஸ்ரீ அத்வைதானந்த போதேந்திர சரஸ்வதி

பினாகி நதிக்கரையில் உள்ள ஒரு கிராமத்தைச் சேர்ந்த இவரது இயற்பெயர் சீதாபதி. தந்தையார் பிரேமேசர்.

புண்ணிய பாரதமெங்கும் விஜயம் செய்து மாற்று மதத்தவர் பலரை விவாதம் செய்து வென்றார். அவர்களுள் ஒருவர் நைஷதம் எழுதிய ஹர்ஷர்.

கி.பி. 1166ஆம் ஆண்டு பீடாதிபதி ஆனார்.

கி.பி. 1200ஆம் ஆண்டு சிதம்பரத்தில் முக்தியடைந்தார்.

49. ஸ்ரீ மஹா தேவேந்திர சரஸ்வதி

தஞ்சை மாவட்டத்தைச் சேர்ந்த சாயாவனம் கிராமத்தில் வசித்த அச்சுதன் என்பவரின் புத்திரன் இவர். குருமூர்த்தி என்பது இவரது இயற்பெயர். பராசக்தியை வைதிக முறைப்படி வழிபட்டு அன்னையின் அருளைப் பெற்றவர்.

கி.பி. 1200ஆம் ஆண்டு பீடாதிபதி ஆனார்.

கி.பி. 1247ஆம் ஆண்டு கெடில நதி தீரத்தில் முக்தியடைந்தார்.

50. ஸ்ரீ சந்திர சூடேந்திர சரஸ்வதி

இவரது இயற்பெயர் கங்கேசர். தந்தையார் பெயர் அருணகிரி. இவரும் தன் குருநாதரைப் போன்றே பராசக்தி உபாசகர். பராசக்தியைத் துதித்து ஒருகோடி ஹோமம் செய்தவர்.

கி.பி. 1247ஆம் ஆண்டு பீடாதிபதி ஆனார்.

கி.பி. 1297ஆம் ஆண்டு கெடில நதி தீரத்தில் முக்தியடைந்தார்.

51. ஸ்ரீ வித்யா தீர்த்தேந்திர சரஸ்வதி

தஞ்சை மாவட்டம் பில்வாரண்யத்தைச் சேர்ந்த இவரது இயற்பெயர் சர்வக்ஞ விஷ்ணு. தந்தையார் சாரங்கபாணி.

இந்து சமயம் நிலைத்து தழைத்தோங்க இவர் ஆற்றிய பணிகள் ஏராளம். கோவாவில் கிறிஸ்துவ அலை காணப்பட்டது. கர்நாடகத்தில் வீரமாத்வரும், வீர சைவமும் செழித்தோங்கியது.

ஸ்ரீசாரதா தேவியைப் பூஜிக்க ஜகத்குரு ஆதிசங்கரர் பிருத்விதர் என்பவரை ஆச்சாரியாராக நியமித்தார். அந்த மரபினர் சங்கரர் அளித்த யோகலிங்கத்தை இழந்து மரபு குன்றிப்போன நிலை இருந்தது.

இவ்வாறு நாடெங்கும் குழப்பமாக இருந்த நேரத்தில், நிலையான பணிகளை மேற்கொண்டு இந்து சமயத்தை வளர்த்தார் இவர். பல வருடங்கள் காஞ்சியில் அருளாட்சி புரிந்த இவர், இறுதியில் இமயமலைக்குச் சென்று தவம் புரிந்தார். ஏறத்தாழ 15 ஆண்டுகள் இவருடன் இருந்து உதவியவர் சீடர் சங்கரானந்தர்.

கி.பி. 1297ஆம் ஆண்டு பீடாதிபதி ஆனார்.

கி.பி. 1385ஆம் ஆண்டு இமயமலையில் முக்தியடைந்தார்.

52. ஸ்ரீ சங்கரானந்தேந்திர சரஸ்வதி

தஞ்சை மாவட்டம் திருவிடைமருதூரைச் சேர்ந்த பாலசந்திரன் என்பவரின் மகன் இவர். மகேசர் என்பது இயற்பெயர்.

உபநிஷத்களுக்கு தீபிகைகள் எழுதியுள்ளார். ஈஸ, கேன, பிரஸ்ந தீபிகைகள், பிருஹதாரண்ய உபநிஷத்துக்கு தீபிகை போன்றவற்றை எழுதிய இவர், ஆத்மபுராணம் என்னும் நூலையும் எழுதினார். பகவத் கீதைக்கும் உரை எழுதியுள்ளார்.

கி.பி. 1385ஆம் ஆண்டு பீடாதிபதி ஆனார்.

கி.பி. 1417ஆம் ஆண்டு காஞ்சியில் முக்தியடைந்தார்.

53. ஸ்ரீ பூர்ணானந்த சதாசிவேந்திர சரஸ்வதி

நாகாரண்யம் என்னும் ஊரைச் சேர்ந்தவர். நாகநாதர் என்பவரின் மகனான இவர் பாரத தேசமெங்கும் பயணித்தவர். நேபாளத்துக்கும் விஜயம் செய்துள்ளார். அப்போது பஞ்சத்தின் கொடிய கரத்திற்குள் சிக்கித் தவித்த நேபாளம், இவரது காலடி கிடைக்கப்பெற்றதும் சுபிட்சம் அடைந்தது. சந்தோஷம் அடைந்த நேபாள மன்னர் இவருக்கு பாத பூஜை செய்தார்.

கி.பி. 1417ஆம் ஆண்டு பீடாதிபதி ஆனார்.

கி.பி. 1498ஆம் ஆண்டு காஞ்சியில் முக்தியடைந்தார்.

54. ஸ்ரீ வியாசாசல மஹாதேவேந்திர சரஸ்வதி

காஞ்சியைச் சேர்ந்தவர். இவரது பெற்றோர் காமேஸ்வரர் மற்றும் கமலாம்பாள். குப்பண்ணா என்பது இவரது இயற்பெயர். வியாசாசலம் என்னும் மலைக் குகையில் தனது வாழ்வின் பெரும் பகுதியைக் கழித்தார். 'வியாசாசலீயம்' என்னும் சங்கர விஜய நூலை எழுதியுள்ளார்.

கி.பி. 1498ஆம் ஆண்டு பீடாதிபதி ஆனார்.

கி.பி. 1507ஆம் ஆண்டு வியாசாசலத்தில் முக்தியடைந்தார்.

55. ஸ்ரீ சந்திர சூடேந்திர சரஸ்வதி

தென்னார்க்காடு மாவட்டம் மணிமுத்தாறு கரையிலுள்ள அஸ்மசாலா என்ற ஊரைச் சேர்ந்தவர். பெற்றோர் புராரி மற்றும் ஸ்ரீமதி. இவரது இயற்பெயர் அருணகிரி.

கிருஷ்ணதேவ மகாராயர் சில கிராமங்களை சந்திரசூடருக்கு நிவந்தமாக வழங்கினார். `காஞ்சிப் பெரியவரும், சகலசாஸ்திரங்களையும் முழுவதுமாகக் கற்றவரும் ஸ்ரீ மகாதேவேந்திரரின் சீடருமான ஸ்ரீசந்திரசூடேந்திர சரஸ்வதி சுவாமிகளுக்கு, கிருஷ்ணவேணி நதிக்கரையில் சில கிராமங்களைச் சமர்ப்பித்தனன்' என்று கிருஷ்ணதேவராயரின் கல்வெட்டு தெரிவிக்கிறது.

கி.பி. 1498ஆம் ஆண்டு பீடாதிபதி ஆனார்.

கி.பி. 1524ஆம் ஆண்டு காஞ்சியில் முக்தியடைந்தார்.

56. ஸ்ரீ சர்வக்ஞ சதாசிவபோதேந்திர சரஸ்வதி

வட பெண்ணாற்றங்கரையில் உள்ள ஒரு சிறு கிராமத்தைச் சேர்ந்த சித்ருத சிக்கண்ணா என்பவரின் மகன் இவர். இராமநாதபுரம் மன்னர் சேதுபதி மரபினருக்கு குருநாதராகத் திகழ்ந்தார்.

சிறந்த ஞானி. காஞ்சி பீடாதிபதிகள் சித்தியடைந்த விவரங்களைக் கூறும் 'புண்ணிய ஸ்லோக மஞ்சரி' என்ற நூலினைத் தொகுத்து இயற்றியுள்ளார். 'ஸவஸ்த்ம நிரூபணம்' என்னும் நூலையும் இவர் எழுதியிருக்கிறார்.

உதயம்பாக்கம் என்ற கிராமத்தை கிருஷ்ணதேவராயர்

இவருக்கு அர்ப்பணித்தார். இந்தத் தகவலைத் தெரிவிக்கும் கல்வெட்டில் பீடாதிபதியின் புகழ் சிறப்பாகக் கூறப்பட்டுள்ளது.

இவர் கி.பி.1539 விளம்பி வருஷம், சைத்ர சுக்ல பட்சம், அஷ்டமி நாளில் ராமேஸ்வரத்தில் சித்தியடைந்தார்.

கி.பி. 1507ஆம் ஆண்டு பீடாதிபதி ஆனார்.

கி.பி. 1539ஆம் ஆண்டு இராமேஸ்வரத்தில் முக்தியடைந்தார்.

57. ஸ்ரீ பரமசிவேந்திர சரஸ்வதி

பம்பா நதிக்கரையோரம் ஒரு கிராமத்தைச் சேர்ந்தவர். சிவராமகிருஷ்ணர் என்னும் இயற்பெயரைக் கொண்ட இவரது தந்தை பெயர் பரமேஸ்வரர். நாராயணேந்திரர் என்பவர் இவரது குருநாதர்.

சிவகீதா தாத்பர்ய பிரகாசிகை, தஹரவித்யாப்ரகாசிகை என்னும் நூல்களை இவர் எழுதியிருக்கிறார். இவரிடம் ஞானோபதேசம் பெற்றவர் சதாசிவ பிரம்மேந்திரர்.

கி.பி. 1539ஆம் ஆண்டு பீடாதிபதி ஆனார்.

கி.பி. 1586ஆம் ஆண்டு திருவெண்காட்டில் முக்தியடைந்தார்.

58. ஸ்ரீ ஆத்ம போதேந்திர சரஸ்வதி

விருத்தாச்சலத்தில் பிறந்த இவரது இயற்பெயர் விஸ்வேஸ்வரர். இவரது தந்தையார் விஸ்வமகி.

ஜகத்குரு ஆதிசங்கரரின் மறுஅவதாரமாக இவர் கருதப்பட்டதால் நவசங்கரர் என்ற சிறப்புப் பெயரும் இவருக்கு உண்டு. உலகில் உள்ள எல்லோரையும் விட அதிக புத்தி உடையவர் என்பதால், விஸ்வாதிக ஆத்மபோதர் என்றும் அழைக்கப்பட்டார்.

ஸ்ரீருத்ரத்திற்கு மிகச் சிறந்த உரை எழுதிய பெருமை இவருக்கு உண்டு. இவர் கேட்டுக் கொண்டதால்தான் காஞ்சி பீடாதிபதிகளின் வரலாற்றைக் கூறும் 'குரு ரத்ன மாலிகா'வை சதாவ பிரம்மேந்திரர் எழுதினார் என்பது குறிப்பிடத்தக்கது.

இந்தியாவெங்கும் யாத்திரை புரிந்த ஆத்மபோதர், காசியில் பல வருடங்கள் தங்கியிருந்தார்.

கி.பி. 1586ஆம் ஆண்டு பீடாதிபதி ஆனார்.

கி.பி. 1638ஆம் ஆண்டு கெடில நதிக்கரையில் வடவம்பலம் என்னும் இடத்தில் முக்தியடைந்தார்.

59. ஸ்ரீபகவன்நாம போதேந்திர சரஸ்வதி

காஞ்சிபுரத்தில் உள்ள மண்டல மிஸ்ரர் அக்ரஹாரத்தில் பிறந்த இவரது இயற்பெயர் புருஷோத்தமன். இவரது தந்தையார் கேசவ பாண்டுரங்கர்.

ராமபிரானின் திருநாமத்தை பக்தியுடன் சொன்னாலே முக்தி பெறலாம் என்ற தத்துவத்தைப் பரப்பியவர். தென்னாட்டில் பஜனை வழி பக்தி பெருக வழிகோலியவர் இவரே. ஸ்ரீதர அய்யாவாள், மருதாநல்லூர் வெங்கடமஹி ஆகியோர் இவரைப் போற்றி வணங்கியவர்கள். பகவத் நாம போதர், யோகேந்திரர் என்றும் இவர் அழைக்கப்பட்டார்.

கோல்கொண்டா சுல்தான் அபுல் ஹசன் தனாஷா, இவரின் சந்திரமௌலீஸ்வர பூஜைக்கு ஏராளமாக நன்கொடை வழங்கியதாகச் செப்பேடுகள் கூறுகின்றன. மாற்று மதத்தவராலும் மதிக்கப்படுபவராகத் திகழ்ந்தார் போதர்.

ராமேஸ்வரம் வரை யாத்திரை செய்த இவர், திருச்சியில் உள்ள திருவானைக்காவல் அகிலாண்டேஸ்வரிக்கு தாடங்கப் பிரதிஷ்டை புரிந்தார்.

கி.பி. 1638ஆம் ஆண்டு பீடாதிபதி ஆனார்.

கி.பி. 1692ஆம் ஆண்டு கும்பகோணம் அருகே கோவிந்தபுரம் என்னும் இடத்தில் முக்தியடைந்தார்.

60. ஸ்ரீஅத்வைதாத்ம ப்ராகசேந்திர சரஸ்வதி

இவர் வசிஷ்டா நதி தீரத்தைச் சேர்ந்த பரசுராமன் என்பவரின் மகன். சுருதி பண்டிதர் என்பது இயற்பெயர். கோவிந்தயம்பதி என்றும் இவரை அழைப்பார்கள்.

கோவிந்தபுரத்தில் சில ஆண்டுகள் வசித்த இவர், ஸ்ரீதர அய்யாவாளால் போற்றப்பட்டவர். தஞ்சை அரசனும் இவரைப் போற்றிப் பணிந்தார்.

கி.பி. 1692ஆம் ஆண்டு பீடாதிபதி ஆனார்.

கி.பி. 1704ஆம் ஆண்டு காஞ்சி அருகே அம்பி என்னும் இடத்தில் முக்தியடைந்தார்.

61. ஸ்ரீ மஹாதேவேந்திர சரஸ்வதி

இவரது இயற்பெயர் நாராயணன். சிறந்த யோகியாகத் திகழ்ந்த இவர் மீது மதுரை மன்னன் ஸ்ரீவிஜயரங்க சொக்கநாத நாயக்கர் பெரும் பக்தி கொண்டிருந்தார்.

அக்காலத்தில் நிலவிய அரசியல், போர் காரணமாக தன் திருவருளாட்சியின் பெரும் பகுதியை சென்னைப் பகுதியிலேயே கழித்தார்.

கி.பி. 1704ஆம் ஆண்டு பீடாதிபதி ஆனார்.

கி.பி. 1746ஆம் ஆண்டு திருவொற்றியூர் என்னும் இடத்தில் முக்தியடைந்தார்.

62. ஸ்ரீசந்திரசேகரேந்திர சரஸ்வதி (5)

இவர் பீடாதிபதியாக இருந்த காலத்தில் தான் போர் காரணமாக காஞ்சி மடம் கும்பகோணத்திற்கு மாற்றப்பட்டது. எனவே கும்பகோணத்தில் வசித்த முதல் காஞ்சி மடாதிபதி என்ற பெருமை இவருக்கு உண்டு. கும்பகோணத்தில் வசித்தாலும் 'கும்பகோணத்தில் இருக்கிற காஞ்சி சங்கராச்சாரியார்' என்றே இவர் அழைக்கப்பட்டார்.

கி.பி. 1746ஆம் ஆண்டு பீடாதிபதி ஆனார்.

கி.பி. 1783ஆம் ஆண்டு கும்பகோணத்தில் முக்தியடைந்தார்.

63. ஸ்ரீமஹாதேவேந்திர சரஸ்வதி

இவர் கும்பகோணத்தைப் பூர்வீகமாகக் கொண்டவர். ஸ்ரீகாமாட்சி அம்பாளையும் ஏகாம்பரேஸ்வரரையும் போற்றி ஸ்ரீசிவாஷ்டபதி பாடியுள்ளார்.

கி.பி. 1783ஆம் ஆண்டு பீடாதிபதி ஆனார்.

கி.பி. 1813ஆம் ஆண்டு கும்பகோணத்தில் முக்தியடைந்தார்.

64. ஸ்ரீசந்திரசேகரேந்திர சரஸ்வதி (6)

இவர் கோவிந்த தீட்சிதர் வம்சத்தைச் சேர்ந்தவர்.

கி.பி. 1813ஆம் ஆண்டு பீடாதிபதி ஆனார்.

கி.பி. 1851ஆம் ஆண்டு கும்பகோணத்தில் முக்தியடைந்தார்.

65. ஸ்ரீசுதர்சன மஹாதேவேந்திர சரஸ்வதி

திருவிடைமருதூரைச் சேர்ந்தவர்

கி.பி. 1851ஆம் ஆண்டு பீடாதிபதி ஆனார்.

கி.பி. 1891ஆம் ஆண்டு இளையாத்தங்குடியில் முக்தியடைந்தார்.

66. ஸ்ரீசந்திரசேகரேந்திரசரஸ்வதி (7)

உடையம்பாக்கம் என்னும் ஊரைச் சேர்ந்தவர்.

கி.பி. 1891ஆம் ஆண்டு பீடாதிபதி ஆனார்.

கி.பி. 1907ஆம் ஆண்டு கலவையில் முக்தியடைந்தார்.

67. ஸ்ரீமஹாதேவேந்திர சரஸ்வதி

ஏழு நாட்கள் மட்டுமே பீடாதிபதியாக இருந்தார்.

கி.பி. 1907ஆம் ஆண்டு பீடாதிபதி ஆனார்.

கி.பி. 13.02.1907 அன்று கலவையில் முக்தியடைந்தார்.

68. ஸ்ரீசந்திரசேகரேந்திரசரஸ்வதி. (மஹா பெரியவா)

காஞ்சி காமகோடி பீடத்தின் 68வது பீடாதிபதியான இவர் காஞ்சி பெரியவா, பரமாச்சாரியார் எனப் போற்றப்படுபவர்.

விழுப்புரத்தில் பிறந்த இவரது இயற்பெயர் சுவாமிநாதன். மாவட்ட கல்வி அதிகாரியான தந்தையிடம் எட்டு வயது வரை கல்வி பயின்றார்.

திண்டிவனம் ஆற்காடு அமெரிக்க மிஷன் உயர்நிலைப் பள்ளியில் ஏழாம் வகுப்பில் சேர்ந்தார். பள்ளியில் நடந்த பைபிள் ஒப்பித்தல் போட்டியில் முதல் பரிசு வென்றதோடு பள்ளி நாடகங்களிலும் பங்கேற்று சிறப்பாக நடித்தார்.

காஞ்சி மடத்தின் 67வது பீடாதிபதியாக இவரது தாய் வழி உறவினர் 1907ஆம் ஆண்டு நியமிக்கப்பட்டார். திடீரென்று காய்ச்சல் ஏற்பட்டு மயங்கி விழுந்ததால், நிகழ்ச்சிக்கு வந்திருந்த சுவாமிநாதனை ஆச்சாரியராக நியமிக்க முடிவு செய்யப்பட்டது. அப்போது இவருக்கு வயது 13.

சந்திரசேகரேந்திர சரஸ்வதி' என்று இவருக்குப் பெயர் சூட்டப்பட்டது. சமஸ்கிருதம், வேதங்கள், சாஸ்திரங்கள், புராணம், இதிகாசம், உபநிடதங்களை ஆழமாகக் கற்ற இவர், அறிவுக் கூர்மையும், ஆன்மிக நாட்டமும் கொண்டிருந்தார்.

ஆன்மிகப் பயிற்சிகளும் அனுஷ்டானங்களும் பெற்ற இவர் ஆன்மிக ஞானியாக மறுவடிவம் பெற்றார். நாடு முழுவதும் ஏராளமானோர் இவரது பக்தர்களாக மாறினர்.

தமிழ், ஆங்கிலம், தெலுங்கு, கன்னடம், மலையாளம், சமஸ்கிருதம், இந்தி, மராட்டி, ஜெர்மன், பார்சி உள்ளிட்ட 14 மொழிகள் அறிந்தவர். இவரது ஆன்மிக உரைகள் பாமர மக்களையும் எளிதில் கவர்ந்தன.

வேத, சாஸ்திரங்களை மக்களிடம் பரப்பவும், வளப்படுத்தவும் பல மாநாடுகளை நடத்தினார். மடத்தில் அறக்கட்டளை தொடங்கி வேதம் கற்றுக்கொடுக்க ஏற்பாடு செய்தார். பல இடங்களில் வேத பாடசாலைகள் தொடங்கப்பட்டன.

வெளிநாட்டு பிரமுகர்கள், அரசியல் தலைவர்கள், ஏழை, எளியவர்கள் என யார் வந்தாலும் அனைவரிடமும் சமமான கருணையும் நேசமும் காட்டுவார். மனிதர்களிடம் மட்டுமல்லாமல் விலங்குகளிடமும் அன்பு செலுத்தினார்.

பக்தர்களால் 'நடமாடும் தெய்வம்' எனப் போற்றப்பட்டார். கவிஞர் கண்ணதாசன் 'அர்த்தமுள்ள இந்துமதம்' என்ற அரிய காவியம் படைக்கக் காரணமாக இருந்தார்.

அந்நிய துணிகளைப் புறக்கணிக்கும் சுதேசி இயக்கம் நடந்தபோது, தனது ஆடைகளை கடலில் எறிந்துவிடச் சொன்னார். கதர் ஆடைக்கு மாறினார். தன் சீடர்களையும் அவ்வாறே செய்யுமாறு அறிவுறுத்தினார்.

உண்மையான துறவு வாழ்க்கை வாழ்ந்தவர். பாத யாத்திரையாக நாடு முழுவதும் சுற்றி ஆன்மிகக் கருத்துக்களைப் பரப்பினார்.

காஞ்சி மடத்தின் தலைவராக 87 ஆண்டுகள் இருந்தார்.

பரமாச்சாரியார், பெரியவாள், காஞ்சி பெரியவா, காஞ்சி

முனிவர், மகா பெரியவா என்றெல்லாம் பக்தர்களால் பரவசத்துடன் அழைக்கப்பட்ட ஸ்ரீ சந்திரசேகரேந்திர சரஸ்வதி ஸ்வாமிகள் 100 வது வயதில் காஞ்சியில் சித்தியடைந்தார்.?

கி.பி. 13.02.1907அன்று பீடாதிபதி ஆனார்.

கி.பி. 03.11.1994 அன்று காஞ்சியில் முக்தியடைந்தார்.

69. ஸ்ரீ ஜெயேந்திர சரஸ்வதி

திருவாரூர் மாவட்டம் இருள்நீக்கி என்ற கிராமத்தில் பிறந்த இவரது இயற்பெயர் சுப்ரமணியம் மகாதேவன்.

19வது வயதில் காஞ்சி சங்கர மடத்தின் இளைய மடாதிபதி யாகப் பொறுப்பேற்றார். ஜெயேந்திர சரஸ்வதி என்று இவருக்குப் பெயர் சூட்டப்பட்டது.

இவரின் புரோகிதத்தன்மையாலும் ஆழ்ந்த புலமையாலும் இந்து சமயத்தினரிடையே செல்வக்குடையவராகத் திகழ்ந்தார். காஞ்சி மடத்தின் அதிகாரம் பெற்றத் தலைவராக விளங்கினார்.

பல பள்ளிகளையும் , மருத்துவமனைகளையும், சங்கர நேத்ராலயா, இந்து மிஷன் மருத்துவமனை, குழந்தைகள்

மருத்துவமனை மற்றும் தமிழ்நாடு மருத்துவமனை போன்றவை இவர் பெயரைக் கூறுகின்றன.

1987 ஆகஸ்டு 23 ஆம் நாள் நள்ளிரவில் காஞ்சி மடத்தைவிட்டு திடீரென்று வெளியேறினார்.

காஞ்சி பெரியவருடன் சண்டையிட்டு மடத்தை விட்டு வெளியேறியதாகவும் பின்னர் சிலர் செய்த சமரசத்தால் மீண்டும் மடத்துக்குத் திரும்பியதாகவும் கருத்துகள் பரவின

நவம்பர் 11, 2004 அன்று காஞ்சி வரதராஜப் பெருமாள் கோயில் மேலாளர் சங்கர்ராமன் கொலை வழக்கில் ஜெயந்திர சரஸ்வதி கொலைக்குற்றத்திற்காக கைது செய்யப்பட்டு சிறையில் அடைக்கப்பட்டார்.

ஜனவரி 10, 2005 அன்று உச்சநீதி மன்றத்தால் பிணை ஆணையின் மூலம் விடுவிக்கப்பட்டார்.

நவம்பர் 27, 2013 அன்று உயர்நீதி மன்றத்தின் தீர்ப்பின்படி இவ்வழக்கிலிருந்து விடுதலை செய்யப்பட்டார்.

சர்க்கரை நோயால் அவதிப்பட்டு வந்த ஜெயேந்திரர் காஞ்சி சங்கர மடம் அருகே உள்ள மருத்துவமனையில் உயிரிழந்தார்.

கி.பி. 03.11.1994 அன்று பீடாதிபதி ஆனார்.

கி.பி. 28.02.2018 அன்று காஞ்சியில் முக்தியடைந்தார்.

70. ஸ்ரீ விஜயேந்திர சரஸ்வதி

சங்கரநாராயணன் எனும் இயற்பெயரைக் கொண்ட இவர், திருவள்ளூர் மாவட்டத்தில் 'தண்டலம்' எனும் கிராமத்தில் பிறந்தார்.

1983 ஆம் ஆண்டு மே மாதம் 29ஆம் நாளன்று தமது 14வது வயதில் காஞ்சி சங்கர மடத்தின் ஜெயேந்திர சரஸ்வதியின் வாரிசாக 70வது இளைய பீடாதிபதியாகப் பட்டம் ஏற்றுக்கொண்டார்

இவர் பீடாதிபதி பட்டம் ஏற்ற உடனேயே ஜகத்குரு சந்திரசேகர சரஸ்வதி பற்றிய பத்து சுலோகம் அடங்கிய தசகம் ஒன்றை எழுதினார்.

வயோதிகம் அடைந்த தாய், தந்தை மற்றும் பெரியோரை மதித்துப் பணியும் போதுதான் ஆன்மீகம் ஆரம்பமாகின்றது என்பது இவரது கருத்து.

காஞ்சிபுரம் அருகேயுள்ள சிறுகரும்பூர் என்னும் கிராமத்தில் உள்ள சிவாலயத்திற்கு சென்றபோது, 10 ஆம் நூற்றாண்டு காலத்தைச் சேர்ந்த கல்வெட்டு ஒன்றைக் கண்டுபிடித்தார்.

தற்போது காஞ்சி சங்கர மடத்தின் 70வது பீடாதிபதியாக இருந்து வருகிறார்.

கி.பி. 28.02.2018 அன்று பீடாதிபதி ஆனார்.

7

சங்கர மடத்தின் கிளைகள்

சங்கர மடம் இந்த விரிந்து பரந்த பாரத தேசம் முழுவதும் தனது கிளைகளைப் பரப்பி சமூக சேவைகளைச் செய்து வருகிறது. அத்துடன் இந்து மதத்தைப் பரப்புவதற்கும் அனைத்து முயற்சிகளையும் தீவிரமாக மேற்கொண்டு வருகிறது.

தமிழகத்தில் பல கிளைகளைச் சங்கர மடம் கொண்டுள்ளது. அவற்றைப் பற்றிப் பார்க்கலாம்.

ஸ்ரீ சங்கர மடம் கிளைகள்

ஸ்ரீ சங்கர மடம், திருச்செந்தூர்

ஸ்ரீ சங்கர மடம், கலவை

ஸ்ரீ சங்கர மடம், திருவண்ணாமலை

ஸ்ரீ காஞ்சி காமகோடி பீடம் சங்கராலயம், சென்னை

ஸ்ரீ சங்கர மடம் , திருவானைக்கோயில், திருச்சி

ஸ்ரீ சங்கர மடம், மேற்கு மாம்பலம், சென்னை

ஸ்ரீ சங்கர மடம், வைத்தீஸ்வரன் கோயில்

நித்ய அன்னதானக் கூடம், காஞ்சிபுரம்

வடவாம்பளம் அதிஷ்டானம்

இளையாங்குடி அதிஷ்டானம்

திருவொற்றியூர் அதிஷ்டானம்

ஸ்ரீ சங்கர மடம், விழுப்புரம்

ஸ்ரீ சங்கர மடம், ராமேஸ்வரம்

ஸ்ரீ ஆதிசங்கராச்சாரிய மந்திர், கன்னியாகுமரி

காஞ்சி காமகோடி விருத்திராஷ்ரம், நசரத்பேட்டை, பூவிருந்தவல்லி

ஸ்ரீ சங்கர மடம், திருச்செந்தூர்

தூத்துக்குடி மாவட்டத்தின் புனித நகரமாக விளங்கும் திருச்செந்தூரில் அமைந்துள்ள சுப்ரமணியர் கோயிலுக்கு ஆதிசங்கரர் வருகை தந்துள்ளார். அப்போது 'சுப்ரமண்ய புஜங்கம்' பாசுரம் பாடி தனது நோய் தீர்த்தார்.

அந்த புண்ணிய பூமியில் ஸ்ரீ ஜெயேந்திர சரஸ்வதி சுவாமி களால் 2008ஆம் ஆண்டு ஸ்ரீ சங்கர மடம் மற்றும் யாத்ரி நிவாஸ் தொடங்கப்பட்டது.

முருகப் பெருமான் கோயிலின் வெகு அருகாமையில் அமைந்துள்ள இந்த மடத்தில் பக்தர்கள் தங்குவதற்கான வசதியும் உண்டு.

ஸ்ரீ சங்கர மடம், கலவை

காஞ்சியில் இருந்து 45 கி.மீ. தொலைவில் அமைந்துள்ள சிறிய கிராமம் கலவை. சங்கர மடத்தின் கிளை ஒன்று இங்கு அமைந்துள்ளது.

ஸ்ரீ காஞ்சி காமகோடி பீடத்தின் 66 மற்றும் 67வது பீடாதிபதிகளின் அதிஷ்டானங்கள் இங்கே அமைந்திருக்கின்றது.

ஸ்ரீ காஞ்சி காமகோடி பீடத்தின் 68வது பீடாதிபதியான

ஸ்ரீ சங்கர மடம், கலவை

மஹா பெரியவா துறவறம் மேற்கொண்டது கலவையில்தான்.

ஸ்ரீ மடத்தின் அருகில் முதியோர் இல்லமும், உடல் ஊனமுற்றோர் இல்லமும் இயங்கி வருகிறது.

ஸ்ரீ சங்கர மடம், திருவண்ணாமலை

திருவண்ணாமலையில் சிம்ஹ தீர்த்தத்துக்கு எதிரே கிரிவலம் சாலையில் மடம் அமைந்துள்ளது.

அக்னி க்ஷேத்திரமாக விளங்கும் இங்கு சிவபெருமான் ஜோதி வடிவாய்க் காட்சியளிக்கிறார். பௌர்ணமி அன்று அருணாசல மலையைக் கிரிவலம் வருவது சிறப்புமிக்கது என்பதால் அன்றைய நாளில் பக்தர்கள் கூட்டம் அதிகமாகக் காணப்படுகிறது.

மடத்தின் உள்ளே அமைந்துள்ள சன்னதிகளுக்கு நித்ய பூஜைகள் நடக்கின்றன. ஒரு கோசாலையும் ஸ்ரீ மடத்தின் உள்ளேயே இயங்கி வருகிறது.

பௌர்ணமி தினத்தன்று இங்கு சண்டி ஹோமம் செய்வது வழக்கம்.

ஸ்ரீ சங்கர மடம், திருவண்ணாமலை

ஸ்ரீ காஞ்சி காமகோடி பீடம் சங்கராலயம், சென்னை

சென்னை சேத்துப்பட்டில் அமைந்துள்ள இந்த மடத்தில் ஆச்சாரிய சுவாமிகள் பக்தர்களுக்குத் தரிசனம் வழங்குவது உண்டு.

இங்கு ஒரு கிருஷ்ண யஜுர் வேத பாடசாலை இயங்கி வருகிறது.

யாத்ரீகர்கள் தங்குவதற்கு அறைகள் உள்ளன. பல்வேறு கலை நிகழ்ச்சிகள், தார்மிக நிகழ்ச்சிகள் நடப்பதற்கு வசதியாக மிகப் பெரிய கூடம் ஒன்றும் இருக்கிறது.

ஸ்ரீ சங்கர மடம், திருவானைக்கோயில், திருச்சி

திருச்சி அருகே திருவானைக்கோயிலில் ஸ்ரீ அகிலாண்டேஸ்வரி சமேத ஸ்ரீ ஜம்புநாத திருக்கோயில் அமைந்துள்ளது. பஞ்சபூத ஸ்தலங்களில் நீர் ஸ்தலமாக விளங்குகிறது. எனவே அப்பு ஸ்தலம் என்றும் அழைக்கப்படுகிறது.

திருக்கோயிலின் வலப்பக்கத்தில் வட மட சாலையில் ஸ்ரீ சங்கர மடம் அமைந்துள்ளது.

ஸ்ரீ மடத்தின் உள்ளே வேத பாடசாலையும், முதியோர் இல்லமும் இயங்கி வருகிறது.

ஸ்ரீ சங்கர மடம், மேற்கு மாம்பலம், சென்னை

சென்னை மேற்கு மாம்பலம் ஈஸ்வரன் கோயில் தெருவில் ஸ்ரீ சங்கர மடம் அமைந்துள்ளது. பல ஆன்மீக மற்றும் தார்மீகச் செயல்களைச் செயல்படுத்தும் மையமாக இயங்கி வருகிறது.

சில வருடங்களுக்கு முன்பு இங்கு தேவி காமாட்சி அம்மன் திருஉருவச்சிலை நிறுவப்பட்டது. அம்பாளுக்கு தினசரி பூஜைகள் நடைபெற்று வருகின்றன. நவராத்திரி போன்ற முக்கிய நாட்களில் சிறப்பான பூஜைகள் நடைபெறும்.

ஸ்ரீ மடத்தில் காமாட்சி மண்டலி மாதாந்திர வித்வத் சதஸ் என்னும் தூய்மையான சம்ஸ்கிருத மொழியின் பல சாஸ்திரங்களை பற்றிப் பண்டிதர்களின் கலந்துரையாடல் நடைபெற்று வருகின்றது.

ஸ்ரீ மடத்தின் பின்புறம் பசுக்களைக் காக்க கோசாலை அமைந்திருக்கிறது. தெலுங்கு மஹாசபா இங்கு இயங்கி வருகிறது. ஜாதக பரிவர்த்தனையும் நடைபெறுகிறது.

ஸ்ரீ சங்கர மடம், மேற்கு மாம்பலம்

பக்தர்களின் பங்கேற்புடன் இசைக் கச்சேரிகள், பஜனைகள், மற்றும் பல்வேறு நிகழ்ச்சிகள் இங்கு நடந்து வருகின்றன.

ஸ்ரீ சங்கர மடம், வைத்தீஸ்வரன் கோயில்

புனித நகரமான வைத்தீஸ்வரன் கோயில் ஸ்தலம் திருஞான சம்பந்தர், திருநாவுக்கரசர், அருணகிரிநாதர், காளமேக புலவர் போன்றோரால் பாடல் பெற்ற ஸ்தலமாகும்.

பல பக்தர்களின் தீர்வில்லாத பிணிகள் வியக்கத்தக்க வகையில் குணமாவதே இத்திருகோயிலின் தனிச்சிறப்பு.

அதனால்தான் திருக்கோயிலின் மூர்த்தி வைத்தீஸ்வரன் என்று பொருத்தமான பட்டப்பெயருடன் அழைக்கப்படுகிறார்.

இக்கோயிலைச் சுற்றி சுமார் 20 தீர்த்தங்கள் உள்ளன.

இக்கோயிலின் அருகாமையிலேயே அமைந்துள்ளது ஸ்ரீ மடம். 1976 மற்றும் 1989ஆம் ஆண்டு சிறிய இடத்தில் உருவாக்கப் பெற்ற இது தற்போது இங்கு வரும் யாத்ரீகர்களுக்கு 'யாத்ரி நிவாஸாக'ச் செயலாற்றி வருகிறது.

நித்ய அன்னதானக் கூடம், காஞ்சிபுரம்

சனாதனமான இந்து தர்மம் பல்வேறு நற்பண்பு குணங்களை பின்பற்றும் வழிகளைப் போதித்து வருகிறது.

அப்படிப்பட்ட குணங்களில் ஒன்று தான் அன்னதானம்.

தகுதி உள்ளவர்களுக்கு அன்னம் அளிப்பதுதான் அன்ன தானம் ஆகும்.

அதாவது சன்னியாசிகளுக்கு பிட்சை அளிப்பது, கோயில் தரிசனத்திற்காக வெகு தூரம் பயணிக்கும் யாத்ரீகர்களுக்கு உணவு வழங்குவது போன்றவை இதில் அடங்கும்.

காஞ்சியில் ஸ்ரீ காமாட்சி அம்மன் திருக்கோயில் அருகே ஒரு அன்னதானக் கூடம் ஸ்ரீ மடத்தால் நிறுவப்பட்டுள்ளது.

தினம்தோறும் சுமார் 500க்கும் மேற்பட்ட யாத்ரீகர்கள் மதிய வேளையில் இங்கு இலவசமாக உணவு அருந்துகிறார்கள்.

சாப்பாடு அறை நல்ல விஸ்தாரமாகவும், காற்றோட்டமாகவும் இருக்கிறது. அன்னதானக் கூடத்தை ஒட்டி ஒரு சமையல் அறை இருக்கிறது.

வடவாம்பளம் அதிஷ்டானம்

வடவாம்பளம் அதிஷ்டானம்

ஸ்ரீ காஞ்சி காமகோடி பீடத்தின் 58வது ஆச்சாரிய சுவாமிகளான ஸ்ரீ ஆத்ம போதேந்திர சரஸ்வதி ஸ்வாமிகள் ஸ்ரீருத்ரம் மீது ஒரு பாஷ்யம் எழுதியுள்ளார்.

ஸ்ரீ ஆத்ம போதேந்திர சரஸ்வதி ஸ்வாமிகள் அவர்களின் உபதேசத்தின் பேரில் சதாசிவ ப்ர்ஹமேந்திரா குருரத்ன மாலிகா இயற்றினார்.

ஸ்ரீ ஆத்ம போதேந்திர சரஸ்வதி ஸ்வாமிகள் 1638ஆம் ஆண்டு தென்பெண்ணை நதிக்கரையில் முக்தியடைந்தார். பண்ருட்டி அருகே உள்ள வடவாம்பளம் என்னும் இடத்தில் அவரது அதிஷ்டானம் (சமாதி) அமைந்துள்ளது.

1927ஆம் ஆண்டு இங்கு கும்பாபிஷேகம் நடைபெற்றது.

இளையாங்குடி அதிஷ்டானம்

ஸ்ரீ காஞ்சி காமகோடி பீடத்தின் 65வது சங்கராச்சாரிய சுவாமிகளான ஸ்ரீ சுதர்சன மஹாதேவேந்திர சரஸ்வதி 1891ஆம் ஆண்டு இளையாங்குடி என்னும் ஊரில் சித்தியடைந்தார். அவரின் மகா சமாதியில் நாட்டுக்கோட்டை செட்டியார்கள் திருக்கோயில் எழுப்பியுள்ளார்கள்.

திருவொற்றியூர் அதிஷ்டானம்

காஞ்சி காமகோடி பீடத்தின் 61வது பீடாதிபதியான ஸ்ரீ மஹாதேவேந்திர சரஸ்வதி சுவாமிகள் சென்னை திருவொற்றியூரில் 1746ஆம் ஆண்டு முக்தி அடைந்தார்.

நித்ய பூஜைகள் அதிஷ்டானத்தில் நடைபெறுகிறது. இந்த அதிஷ்டானம் பிரசித்திபெற்ற ஸ்ரீ வடிவுடையம்மன் சமேத ஸ்ரீ தியாகராஜ சுவாமி திருகோயிலில் இருந்து அரை கிலோ மீட்டர் தொலைவில் சங்கரா காலனியில் அமைந்துள்ளது.

ஸ்ரீ சங்கர மடம், விழுப்புரம்

காஞ்சி காமகோடி பீடத்தின் 68வது பீடாதிபதிகளான ஸ்ரீ சந்திரசேகரேந்திர சரஸ்வதி சுவாமிகளின் பிறந்த ஊரான விழுப்புரத்தில் இந்த ஸ்ரீ சங்கர மடம் அமைந்திருக்கிறது.

சுவாமிகளின் பாதுகைகள் மடத்தில் உள்ளன. 2004 ஆம் ஆண்டு கோபுரம் எழுப்பி கும்பாபிஷேகமும் நடைபெற்றது. தென் தமிழகத்திற்குப் பயணம் மேற்கொள்ளும் போதெல்லாம் ஜெயேந் திர சரஸ்வதி மற்றும் விஜயேந்திர சுவாமிகள் இங்கு முகாமிட்டு சந்திரமௌலீஸ்வர பூஜையினை பலமுறை நடத்தி உள்ளார்கள்.

மடத்தில் கிருஷ்ண யஜுர் பாடசாலை இயங்கி வருகிறது. பல மாணவர்கள் இந்த மடத்தில் வேதம் பயின்றுள்ளனர்.

ஸ்ரீ சங்கர மடம், ராமேஸ்வரம்

தென் தமிழகத்தின் வாரணாசி என்று அழைக்கப்படும் ராமேஸ்வரத்தில் பிரசித்திபெற்ற ராமநாத சுவாமி திருக்கோயில் அமைந்திருக்கிறது.

கடற்கரைக்கு வலப்பக்கத்தில் அக்னி தீர்த்தத்தில் ராமநாத சுவாமி திருக்கோயிலில் இருந்து சிறிது தூரத்தில் அமைந்துள்ளது சங்கர மடம்.

மடத்தின் கோபுரத்தில் ஸ்ரீ ஆதி சங்கரர் மற்றும் அவருடைய நான்கு சீடர்களின் திருஉருவம் கடற்கரையை நோக்கி அமைந்திருக்கின்றன.

சங்கர மடத்தின் மூல மூர்த்தி மூன்று அடுக்கு கோபுரத்தில் அமைந்திருக்கிறது. கோபுரத்தின் அடித்தளத்தில் கடலை நோக்கிக் கொண்டிருக்கும் பகவான் தட்க்ஷிணாமூர்த்தியை நாம் காணலாம்.

ஸ்ரீ சங்கர மடம், ராமேஸ்வரம்

பக்த ராமதாஸ் போன்று பல பக்தர்களின் சிற்ப ஓவியங்கள் கோபுரத்தின் முதல் தளத்தின் சுவற்றில் உள்ளன.

ஆச்சாரிய சுவாமிகளின் பாதுகை மந்திரும் உள்ளது.

ஆதி சங்கரரின் வாழ்க்கை வரலாறு வண்ணமயமான சிற்ப வேலைப்பாட்டுடன் கோபுரத்தில் அமைந்திருக்கிறது.

ஒரு மண்டபத்தில் பசு வாயில் கயிறுடன் ஆலயமணியை அடித்துக் கொண்டிருப்பது போல் அமைந்துள்ளது. இதை ஆராய்ச்சி மணி மண்டபம் என்பர்.

இதைத் தவிர 12 ஜோதிர் லிங்கங்களும், கணபதி, சுப்ரமணிய சுவாமிகள் மற்றும் சரஸ்வதி தேவியின் திருஉருவ சிலையும் மடத்தில் உள்ளது.

மிகப் பெரிய பிரசங்க மண்டபமும், யாத்ரீகர்கள் தங்குவதற்கு வசதியாக குளிர்சாதன வசதி உடைய பத்து அறைகள் கொண்ட யாத்ரி நிவாஸும் உள்ளன. யாத்ரீகர்களுக்கு தினசரி அன்னதானம் நடைபெற்று வருகிறது.

ஸ்ரீ ஆதிசங்கராச்சாரிய மந்திர், கன்னியாகுமரி

தமிழ்நாட்டின் தென்கோடி முனையில் முக்கடல் சந்திக்கும் கன்னியாகுமரியில் கடற்கறைக்கு வலப்பக்கத்தில் அமைந்திருக்கிறது ஸ்ரீ ஆதிசங்கராச்சாரிய மந்திர்.

காஞ்சி காமகோடி விருத்திராஷ்டரம், நசரத்பேட்டை

காஞ்சி காமகோடி விருத்திராஷ்ரம், நசரத்பேட்டை, பூவிருந்தவல்லி

சென்னை பூவிருந்தவல்லி அருகே நசரத்பேட்டையில் ஸ்ரீ ஜெயேந்திர சரஸ்வதி ஆயுர்வேத கல்லூரி மற்றும் மருத்துவமனையில் விருத்திராஷ்ரம் என்னும் முதியோர் இல்லம் அமைந்துள்ளது.

1993ஆம் ஆண்டு துவங்கப்பட்ட இங்கு மின்விளக்குகள், மின்விசிறிகள், தொலைக்காட்சிப் பெட்டிகள் வசதியுடன் அறைகள் அமைந்துள்ளன.

ஒவ்வொருவருக்கும் தனிப் படுக்கை மற்றும் கட்டில் வசதி உள்ளது. உடமைகளை வைத்துக் கொள்வதற்காக இரும்பு அலமாரி ஒன்றும் உள்ளது.

இங்குள்ள முதியோர்கள் தினமும் விஷ்ணு சகஸ்ரநாமமும், தோடகாஷ்டகமும் பாராயணம் செய்வார்கள். விநாயகர் சதுர்த்தி, கோகுலாஷ்டமி போன்ற பண்டிகைகள் சிறப்பாகக் கொண்டாடப் படுகின்றன.

இவ்வாறு தமிழகத்தில் மட்டுமல்லாமல் புண்ணிய பூமியான பாரத தேசம் முழுவதும் தனது கிளைகளைப் பரப்பி இந்து சமய சேவையை சீரோடும், சிறப்போடும் செய்து வருகிறது காஞ்சி சங்கர மடம்.

பிற மாநிலங்களில் உள்ள கிளைகள்

கோமன்தக் திருப்பதி பாலாஜி சம்ஸ்தான், கோவா

ஸ்ரீ ஆதி சங்கராச்சாரிய மந்திர், ரிஷிகேஷ், உத்தராஞ்சல்

ஸ்ரீ சரஸ்வதி ஆலயம், ரம்பன், ஜம்மு & காஷ்மீர்

ஸ்ரீ சங்கர மடம், ஹரித்வார்

ஸ்ரீ ஆதி சங்கர மந்திர், கோகர்னா, கர்னாடகா

வேத பாடசாலா, சுல்லியா, கர்னாடகா

வேத பாடசாலா, ஹொன்னாவர், கர்னாடகா

ஹனுமான் மந்திர், ஸ்கந்தகிரி, ஹைதராபாத்

உத்தர சிதம்பரம் ஸ்ரீ நடராஜ மந்திர், சதாரா, மகாராஷ்ட்ரா

ஸ்ரீ ஆதி சங்கராச்சாரிய மந்திர், நொய்டா

ஸ்ரீ மத்திய சுவாமிமலை கோயில், போபால்

ஸ்ரீ சங்கர் தேவ் நேத்ராலயா, கௌஹாத்தி, அஸ்ஸாம்

சிவ பஞ்சாயதன் கோயில், கேங்டக், சிக்கிம்

ஸ்ரீ சீதாராமசுவாமி கோயில், மைசூர்

ஸ்ரீ சங்கர மட் பூரி, ஒடிசா

தேவி காமாட்சி மந்திர், புது டில்லி

ஸ்ரீ காஞ்சி காமகோடி பீடம், அகமதாபாத், குஜராத்.

ஏக்கவன் சக்தி பீட், அம்பாஜி, குஜாராத்

ஸ்ரீ சங்கர மடம், வாரணாசி

ஸ்ரீ காஞ்சி காமகோடி சேவகேந்திரா, ராஞ்சி, ஜார்கண்ட்

ஸ்ரீ ஆதி சங்கராச்சாரிய மந்திர், குருக்ஷேத்திரா, ஹரியானா

ஸ்ரீ சங்கர மடம் மற்றும் மந்திர், அயோத்யா

வேத பாடசாலை, பூனே, மஹாராஷ்ட்ரா

கோமன்தக் திருப்பதி பாலாஜி சம்ஸ்தான், கோவா

ஜெயேந்திர சரஸ்வதி மற்றும் விஜயேந்திர சரஸ்வதி சுவாமிகளால் கோவாவில் துவங்கப்பட்டது கோமன்தக் திருப்பதி பாலாஜி சமஸ்தான்.

பகவான் திருப்பதி பாலாஜியும் தேவி பத்மாவதி தாயாரும் இக்கோயிலின் மூல மூர்த்திகள். மகாகணபதியின் திருச்சிலையும் உள்ளது.

சுற்றிலும் மரம் செடி கொடிகள் அமைந்துள்ளன.

தினசரி பூஜைகள் தவிர நவராத்திரி போன்ற விசேஷ தினங்களில் சிறப்பு பூஜைகளும் நிகழ்ச்சிகளும் நடைபெறும்.

வருடா வருடம் நடைபெறுகின்ற ப்ரம்மோத்சவம் திருவிழாவின் போது கோயிலைச் சேர்ந்த அழகிய திருத்தேரில் பகவான் திருப்பதி பாலாஜி திருஉலா வருவார்.

கோமன்தக் திருப்பதி பாலாஜி சம்ஸ்தான், கோவா

ஸ்ரீ ஆதிசங்கராச்சாரிய மந்திர், ரிஷிகேஷ்

ஸ்ரீ சரஸ்வதி ஆலயம், ரம்பன், ஜம்மு & காஷ்மீர்

ஸ்ரீ சங்கர மடம், ஹரித்வார்

ஸ்ரீ ஆதி சங்கராச்சாரிய மந்திர், ரிஷிகேஷ் உத்தராஞ்சல்

ரிஷிகேஷில் அமைந்துள்ள ஆதி சங்கர மந்திர் 1967ஆம் ஆண்டு புனித நாளான சங்கர ஜெயந்தி அன்று துவங்கப்பெற்றது.

கலச ஸ்தாபனம் மற்றும் ஹோமங்கள் செய்து வேத பண்டிதர்கள் பிரதிஷ்டை செய்து வைத்தனர்.

இத் திருகோயில் லக்ஷ்மண் ஜூலாவை அடுத்து புனிதமான கங்கை நதிக் கரையில் அமைந்திருக்கிறது.

ஸ்ரீ சரஸ்வதி ஆலயம், ரம்பன், ஜம்மு & காஷ்மீர்

சரஸ்வதி மந்திர் ஜம்மு மற்றும் ஸ்ரீநகரை இணைக்கும் நெடுஞ்சாலையில் டோடா மாவட்டம் பாரமுல்லாவில் அமைந்திருக்கிறது.

சகல கலைகளுக்கும் தேவியான கலைவாணிக்கு சமர்ப்பிக்கப் பட்ட இத் திருக்கோயில் தென் இந்திய கட்டடக்கலை சார்ந்து உருவாக்கப்பட்டுள்ளது.

ஸ்ரீ சங்கர மடம், ஹரித்வார்

உத்தரகாண்ட் மாநிலம் ஹரித்வார் புனித ஸ்தலங்களில் ஒன்று. ஒவ்வொரு இந்துவும் ஹரித்வார் சென்று புனித நதியான கங்கையில் நீராடி தங்களுடைய பாவங்களைக் களைய வேண்டும் என்பது சாஸ்திரம்.

காஞ்சி காமகோடி பீடம் பரிசுத்தமான கங்கைக் கரையில் ஹரித்வாரில் உள்ள ஜோத்மல் சாலையில் அமைந்திருக்கிறது.

ஹரித்வார் வருகை தரும் பக்தர்களுக்கு இந்த மடம் யாத்ரீ நிவாஸாகவும் இயங்கி வருகிறது.

ஸ்ரீ ஆதி சங்கர மந்திர், கோகர்னா, கர்நாடகா

கர்நாடகாவின் புனித பூமியான கோகர்னா என்னும் இடத்தில் இந்த மந்திர் அமைந்துள்ளது.

மகாபலதேவ ஆலயத்தின் பின்புறம் அமைந்துள்ள ஆதிசங்கர மந்திர், கடற்கரையை நோக்கி நிர்மாணிக்கப்பட்டுள்ளது.

வேத பாடசாலா, சுல்லியா, கர்நாடகா

தட்சிண கன்னட மாவட்டத்தின் ஒரு வட்டம்தான் சுல்யா என்னும் சுல்லியா நகரம். மேற்குத் தொடர்ச்சி மலைப் பகுதியில் பசுமையான மரங்களால் சூழப்பட்டு இயற்கை எழிலுடன் இந்த வேத பாடசாலை அமைந்துள்ளது.

பரத்வாஜ் முனிவருக்குப் பிறகு இந்த வேத பாடசாலை 'பரத்வாஜ ஆசிரமம்' என்ற பெயரைப் பெற்றது.

வேத பாடசாலா, ஹொன்னாவர், கர்நாடகா

கர்நாடக மாநிலத்தில் உத்தரா கன்னட மாவட்டத்தில் உள்ளது ஹொன்னாவர் நகரம். காஞ்சி காமகோடி பீடத்தின் அனுக்ரகத்தில் வேத பாடசாலை அமைக்கப்பட்டது.

சிறப்பான முறையில் வேதம் கற்பிக்கப்படும் இந்த இடத்தின் பெயர் ஸ்ரீ காஞ்சி காமகோடி ஸம்ஸ்கிரிதி ப்ரதிஷ்டான் ஆகும்

ஹனுமான் மந்திர், ஸ்கந்தகிரி, ஹைதராபாத்

சங்கர் மந்திர் மற்றும் ஹனுமான் மந்திர் ஸ்கந்தகிரி, செகந்தராபாத் நகரில் அமைந்துள்ளது. இந்த ஆலயங்கள் ஆஞ்சநேயருக்கும், ஆதிசங்கரருக்கும் அர்ப்பணிக்கப்பட்டு இருபது ஆண்டுகளுக்கும் மேலாக பக்தர்களுக்கு அருள் பாலித்து வருகிறது.

ஆதிசங்கர மற்றும் ஆஞ்சநேய சுவாமிகளின் சன்னதிகள் தவிர கணேசப் பெருமான், குரு பாதுகை மற்றும் நாக தேவதைகளுக்கு சன்னதிகள் தனித்தனியே அமைந்துள்ளது. .

இந்த ஆலயம் சனாதன தர்மத்தின் தர்ம காரியங்களுக்கு மையமாக இருந்து பல பக்தர்களைக் கவர்ந்திழுக்கிறது. இசைக் கச்சேரிகள், உபன்யாசங்கள் மற்றும் பல்வேறு கலை நிகழ்ச்சிகள் கோயில் வளாகத்தில் உள்ள பிரசங்க கூடத்தில் நடைபெறுகிறது.

விசேஷ நாட்களில் பிரசாதமும், அன்னதானமும் விநியோகிக்கப்படுகிறது. காஞ்சி காமகோடி கணினி மையம் இங்குள்ள ஏழை மற்றும் தகுதியுள்ள மாணவர்களுக்கு கணினிப் பயிற்சி அளிக்கிறது.

கலை நிகழ்சிகளைக் கண்டு களிக்க ஒரு பெரிய கூடம் அமைக்கப்பட்டுள்ளது. யாத்ரீகர்கள் தங்குவதற்கு வசதியாக இரண்டு அறைகளும் உள்ளன.

வேத பாடசாலா, கல்லியா

உத்தர சிதம்பரம் ஸ்ரீ நடராஜ மந்திர், சதாரா, மகாராஷ்ட்ரா

மராட்டிய மாநிலத்தில் ஏழு மலைகள் சூழ அமைந்துள்ள அழகிய நகரம் சதாரா. சிதம்பரம் நடராஜர் ஆலயத்தைப் போன்ற வடிவமைப்பில் இங்கு நடராஜர் ஆலயம் அமைக்க விரும்பி 1981ஆம் ஆண்டு அதற்கான பூஜைகளை நடத்தினார் காஞ்சிப் பெரியவா. கோயில் கட்டுவதற்கு மராட்டியம், கர்நாடகம், ஆந்திரா, கேரளா மற்றும் தமிழ்நாடு மாநில அரசுகள் உதவிகளை அள்ளி வழங்க கோயில் கட்டப்பட்டது.

1984ஆம் ஆண்டு கோயில் கும்பாபிஷேகம் நடைபெற்றது.

ஸ்ரீ ஆதி சங்கராச்சாரிய மந்திர், நொய்டா

நொய்டாவில் வாழும் பக்தர்களின் பல நாள் வேண்டுகோளுக்கு இணங்க சங்கர மடம் ஸ்ரீ ஆதி சங்கராச்சாரிய மந்திர் உத்தரப்பிரதேச மாநிலம் நொய்டாவில் தொடங்கப்பட்டது.

இக் கோயிலின் மூல மூர்த்தி சந்திரமௌலீஸ்வர சுவாமி.

ஸ்ரீ ஆதி சங்கராச்சாரிய மந்திர், நொய்டா

ஸ்ரீ மத்திய சுவாமிமலை கோயில், போபால்

சுந்தர விநாயகரும், பக்த ஆஞ்சநேயர் சன்னதிகளும் உள்ளன. தவிர ஒரு தனி சிவலிங்கமும் பக்தர்கள் பூஜை செய்வதற்காக அமைக்கப்பட்டுள்ளது.

யாத்ரீகர்கள் சிறிது நேரம் தங்கி ஓய்வெடுக்க வசதி உள்ளது. ஹோமங்கள் மேற்கொள்ள வசதி செய்யப்பட்டுள்ளது. உபநயனங்கள், சஷ்டியப்தபூர்த்தி முதலிய சம்ஸ்காரங்களும் இங்கு நிகழ்த்தப்படுகின்றன.

ஸ்ரீ மத்திய சுவாமிமலை கோயில், போபால்

காஞ்சி காமகோடி பீடத்தின் பரிபூரண அனுக்ரஹத்துடன் மத்திய சுவாமிமலையின் அடிக்கல் நாட்டு விழா 1978ஆம் ஆண்டு போபாலில் நடைபெற்றது. இத்திருக்கோயில் கும்பாபிஷேகம் 1984ஆம் ஆண்டு நடைபெற்றது.

கார்த்திகேயா என்றும் அழைக்க பெறுகின்ற முருகப் பெருமான் மத்திய சுவாமிமலையின் மூல மூர்த்தி. அரெரா குடியிருப்பில் இருக்கும் குன்றின் மேல் இக்கோயில் அமைந்துள்ளது.

ஸ்ரீ சங்கர் தேவ் நேத்ராலயா, கௌஹாத்தி, அஸ்ஸாம்

அஸ்ஸாம் மாநிலத் தலைநகர் கௌஹாத்தியில் சங்கர்தேவ் நேத்ராலயா என்னும் கண் சிகிச்சை மருத்துவமனையை காஞ்சி சங்கர மடம் நடத்தி வருகிறது.

ஸ்ரீ சங்கர மட், பூரி, ஒடிசா.

ஒடிசா தலைநகர் புவனேஷ்வரில் இருந்து 60 கி.மீ. தொலைவில் அமைந்துள்ளது ஏழு மோட்ச புரிகளில் ஒன்றான பூரி.

1973ஆம் ஆண்டு காஞ்சி சங்கர மடம் மற்றும் வேத பாடசாலை இங்கு தொடங்கப்பட்டது. கடற்கரையில் அமைந்துள்ள இரண்டு மாடிக் கட்டிடம் இது.

ஸ்ரீ காஞ்சி காமகோடி பீடம், அகமதாபாத், குஜாராத்

குஜராத் மாநிலம் அகமதாபாத் நகரில் கோடா என்னும்

இடத்தில் அமைந்துள்ளது காஞ்சி காமகோடி பீடம். இங்கு கோ சாலா அமைந்துள்ளது. அத்துடன் வேத பாடசாலையும் உள்ளது.

ஸ்ரீ சங்கர மடம், வாரணாசி

இந்துக்களின் புண்ணிய பூமியான காசியில் விஸ்வநாதர் கோயில் மிகவும் சிறப்புவாய்ந்தது. அங்கு அன்னபூரணி மற்றும் விசாலாட்சி அம்பாள் அருள்பாலிக்கின்றனர்.

ஹனுமான் கட்டில் காஞ்சி காமகோடி பீடத்தின் சங்கர மடம் அமைந்துள்ளது. இங்கு தினமும் பூஜைகள் நடைபெற்று வருகின்றன. கங்கா ஸ்நானம் செய்வதற்கு பக்தர்களுக்கு தேவையான அனைத்து வசதி வாய்ப்புகளையும் பெற்றுத் தருகிறது இந்த மடம்.

ஸ்ரீ காஞ்சி காமகோடி சேவகேந்திரா, ராஞ்சி, ஜார்கண்ட்

ஜார்கண்ட் மாநிலம் ராஞ்சியில் இருந்து 52 கி.மீ. தொலைவில் அமைந்துள்ள டும்போ என்னும் இடத்தில் அமைந்துள்ளது இந்த சேவகேந்திரா. இங்கு ஆஞ்சநேயர் கோயில், சந்த் நிவாஸ், சங்கர ஆரோக்ய பவன், வேத பாடசாலை மற்றும் கோ சாலை ஆகியவை அமைந்துள்ளன.

மாதந்தோறும் தவறாமல் இங்கு இலவச மருத்துவ பரிசோதனை நடைபெறுகிறது.

ஸ்ரீ சங்கர மடம் மற்றும் மந்திர், அயோத்யா

இங்குள்ள சங்கர மடத்தில் சமயப் போதனைகளும், சமூக சேவைகளும் செய்யப்படுகின்றன. இருபதுக்கும் மேற்பட்ட மாணவர்கள் இங்குள்ள வேத பாடசாலையில் வேதம் பயில்கின்றனர். யாத்ரீகர்கள் தங்கிச் செல்வதற்கு வசதியாக இங்கு அறைகள் அமைக்கப்பட்டுள்ளன.

வேத பாடசாலை, பூனே, மஹாராஷ்ட்ரா

பூனேயில் காஞ்சி மடத்தின் வேத பாடசாலை அமைந்துள்ளது. 2010ஆம் ஆண்டு 'ஸ்ரீ காஞ்சி காமகோடி பீடம் ஸ்ரீ வேத வியாஸ் குருகுலம்' என்ற பெயரில் தொடங்கப்பட்டது.

தொடக்கத்தில் இங்கு ரிக் வேதம் மட்டுமே கற்றுக் கொடுக்கப் பட்டு வந்தது.

www.ingramcontent.com/pod-product-compliance
Lightning Source LLC
LaVergne TN
LVHW040443051026
849517LV00002B/739

* 9 7 8 9 3 8 7 6 5 5 3 3 1 *